Đồng Minh
của
Nhân Loại

◆

TẬP MỘT

Đồng Minh của Nhân Loại

*

TẬP MỘT

*

MỘT THÔNG ĐIỆP KHẨN CẤP
Về Sự Hiện Diện
của Người Ngoài Hành Tinh
trong Thế Giới Hôm Nay

Marshall Vian Summers

TÁC GIẢ CỦA
*NHỮNG BƯỚC ĐI ĐẾN TRI THỨC: Quyển Sách về
Hiểu Biết Nội Tâm*

ĐỒNG MINH CỦA NHÂN LOẠI TẬP MỘT: Một Thông Điệp Khẩn Cấp Về Sự Hiện Diện của Người Ngoài Hành Tinh trong Thế Giới Hôm Nay

Biên tập bởi Darlene Mitchell

Design Sách bởi Argent Associates, Boulder, Colorado, U.S.A.

Hình bìa bởi Reed Novar Summers
"Đối với tôi, hình ảnh trang bìa tượng trưng cho chúng ta trên Trái Đất với quả cầu đen tượng trưng cho sự hiện diện của người ngoài hành tinh trong thế giới hôm nay và ánh sáng phía sau nó tiết lộ sự hiện diện vô hình này cho chúng ta, điều mà bình thường chúng ta sẽ không thể thấy được. Ngôi sao đang chiếu sáng Trái Đất tượng trưng cho Đồng Minh của Nhân Loại đang trao cho chúng ta một thông điệp mới và một cái nhìn mới về mối quan hệ của Trái Đất với Cộng Đồng Vĩ Đại."

ISBN: 978-1-884238-45-1 *THE ALLIES OF HUMANITY BOOK ONE: An Urgent Message about the Extraterrestrial Presence in the World Today*

NKL POD / eBook Version 4.5

Library of Congress Control Number: 2001 130786

Đây là phiên bản thức hai của *Đồng Minh của Nhân Loại Tập Một.*

TỰA ĐỀ GỐC XUẤT BẢN BẰNG TIẾNG ANH

PUBLISHER'S CATALOGING-IN-PUBLICATION

Summers, Marshall,
    The allies of humanity book one : an urgent message about the extraterrestrial presence in the world today / M.V. Summers
    p. cm.
    978-1-884238-45-1 (English print)   001.942
    978-1-942293-15-6 (Vietnamese print)
    978-1-884238-46-8 (English ebook)
    978-1-942293-16-3 (Vietnamese ebook)
                                    QB101-700606

Những quyển sách của Thư Viện Thông Điệp Mới là được phát hành bởi The Society for The Greater Community Way of Knowledge-Hội cho Con Đường Tri Thức trong Cộng Đồng Vĩ Đại. Hội là một tổ chức phi lợi nhuận dành cho việc trình bày Con Đường Tri Thức trong Cộng Đồng Vĩ Đại.

Để nhận thông tin về những bản ghi âm, những chương trình và dịch vụ giáo dục của Hội, xin hãy thăm Hội trên trang web hay gửi thư đến:

THE SOCIETY FOR THE GREATER COMMUNITY WAY OF KNOWLEDGE
P.O. Box 1724 · Boulder, CO 80306-1724 · (303) 938-8401
society@newmessage.org
www.alliesofhumanity.org www.newmessage.org

Dành tặng cho những phong trào lớn lao giành tự do

Trong lịch sử của thế giới của chúng ta —

Được biết đến và không được biết đến.

NỘI DUNG

Bốn câu hỏi căn bản về sự hiện diện của người ngoài hành tinh trong thế giới hôm nay:

Điều gì đang xảy ra?

Tại sao nó đang xảy ra?

Nó có nghĩa gì?

Làm sao chúng ta có thể chuẩn bị?

Thật hiếm để tìm thấy một quyển sách có thể thay đổi cuộc sống của con người, nhưng nó là rất phi thường để tìm thấy một tác phẩm mà có thể tác động lên lịch sử loài người.

Gần bốn mươi năm trước, trước khi có một phong trào về môi trường, một người phụ nữ can đảm đã viết một quyển sách rất khích động và đầy tranh luận mà đã thay đổi hành trình của lịch sử. Mùa Xuân Yên Lặng bởi Rachel Carson đã sinh ra một nhận thức toàn cầu về những hiểm nguy của ô nhiễm môi trường và đã khơi dậy sự hưởng ứng với những cuộc vận động cho đến ngày hôm nay. Một trong những người đầu tiên để công khai rằng việc sử dụng thuốc trừ sâu và chất độc hóa học là một mối đe dọa cho mọi sự sống, Carson lúc đầu đã bị chế nhạo và phỉ báng, ngay cả bởi nhiều đồng nghiệp của bà ấy, nhưng cuối cùng đã được nhìn nhận là một trong trong những tiếng nói quan trọng nhất của thế kỷ 20. Mùa Xuân Yên Lặng vẫn được xem là nền tảng của chủ nghĩa môi trường.

Ngày hôm nay, trước khi có một nhận thức phổ biến trong cộng đồng về sự xâm nhập từ ngoài hành tinh đang diễn ra giữa chúng ta, một người đàn ông cũng can đảm như vậy – một người thầy về thánh linh đã ẩn mình trước đó – bước ra và mang theo một thông cáo phi thường và đầy lo âu đến từ bên ngoài phạm vi hành tinh của chúng ta. Với Đồng Minh của Nhân Loại, Marshall Vian Summers là người thầy về thánh linh đầu tiên của thời đại của chúng ta để công khai rõ rằng việc tự ý có mặt và những hoạt động ám muội của những "vị khách" từ ngoài hành tinh tạo ra một thử thách nghiêm trọng cho tự do của loài người.

Khi mà lúc đầu, như Carson, Summers chắc chắn sẽ gặp sự chế nhạo và giềm pha, ông ấy có thể cuối cùng sẽ được nhìn nhận là một trong những tiếng nói quan trọng nhất của thế giới trong những lĩnh vực về sự sống thông minh ngoài hành tinh, thánh linh của loài người, và quá trình tiến hóa của ý thức. Giống như vậy, *Đồng Minh của Nhân Loại* có thể sẽ là mấu chốt trong việc bảo đảm tương lai của chủng loài chúng ta – không chỉ thức tỉnh chúng ta về những thử thách vĩ đại của việc xâm lược vô thanh bởi người ngoài hành tinh, nhưng cũng để kích thích một phong trào phản kháng và tạo quyền chưa từng có trước đây.

Mặc dù hoàn cảnh về nguồn gốc của tài liệu vô cùng gây tranh cãi này có thể là vấn đề cho một số người, quan điểm nó đưa ra và thông điệp khẩn cấp nó trao cho đòi hỏi sự xem xét sâu sắc nhất và phản ứng kiên quyết của chúng ta. Ở đây tất cả chúng ta đều bị đối chất một cách rất hợp lý với khẳng định rằng sự có mặt ngày càng nhiều của đĩa bay và những hiện tượng khác có liên quan là dấu hiện của sự can thiệp tinh vi và do đó không bị chống lại bởi những thế lực ngoài hành tinh đang tìm cách khai thác những tài nguyên của Trái Đất hoàn toàn cho lợi ích riêng của họ.

Làm sao chúng ta có thể đáp lại một cách thích hợp với một lời khẳng định táo bạo và gây lo âu như vậy? Chúng ta nên phớt lờ nó hay gạt bỏ nó liền, như nhiều người đối lập của Carson đã làm? Hay chúng ta nên điều tra và cố gắng hiểu một cách chính xác điều gì đang được trao cho ở đây?

Nếu chúng ta chọn để điều tra và hiểu, ở đây chúng ta sẽ tìm thấy: Một bài viết xem xét trọn vẹn về cuộc tìm kiếm trên toàn thế giới trong những thập kỷ gần đây về hoạt động đĩa bay và những hiện tượng ngoài hành tinh khác (ví dụ như, việc bắt cóc và những vật cấy ghép bởi người ngoài hành tinh, việc cắt xẻo thú vật, và ngay cả sự "ma ám" về tinh thần) đưa nhiều bằng chứng cho quan điểm của Đồng Minh; thật vậy, thông tin được chứa đựng trong những bài đàm luận của Đồng Minh làm sáng tỏ một cách kinh ngạc những vấn đề đã thách đố những nhà nghiên cứu nhiều năm trời, giải thích phần lớn những bằng chứng bí ẩn nhưng dai dẳng.

Sau khi chúng ta đã nghiên cứu những vấn đề này và đã thoả mãn bản thân rằng thông điệp của Đồng Minh là không chỉ có lý nhưng cũng đầy thuyết phục, rồi gì nữa? Việc xem xét của chúng ta tất nhiên sẽ dẫn đến kết luận không tránh khỏi rằng tình trạng khó khăn của chúng ta ngày hôm nay có nhiều điểm tương đồng sâu sắc với sự xâm nhập của "nền văn minh" Châu Âu vào Châu Mỹ bắt đầu từ thế kỷ 15, khi người bản địa không thể hiểu và đáp lại một cách thích hợp cho sự phức tạp và nguy hiểm của những thế lực đang viếng thăm bờ biển của họ. Những "vị khách" đã đến trong danh nghĩa của Chúa, đã thể hiện công nghệ đầy ấn tượng và có ý muốn trao cho một lối sống tiên tiến và văn minh hơn. (Đây là quan trọng để chú thích rằng những người xâm lược Châu Âu không phải là "hiện thân của quỷ dữ" nhưng chỉ lợi dụng cơ hội, và đã để lại một di sản của sự phá hoại không cố ý.)

Điểm trọng tâm là ở đây: Sự vi phạm về tự do cơ bản trên phạm vi lớn mà những người Thổ Dân Mỹ đã trải nghiệm sau đó – bao gồm sự suy giảm dân số một cách nhanh chóng – không chỉ là một bi kịch vĩ đại của nhân loại, nhưng cũng là một bài học mạnh mẽ có tính khách quan cho tình cảnh hiện tại của chúng ta. Lần này, tất cả chúng ta là người thổ dân của một thế giới này, và ngoại trừ khi chúng ta có thể cùng tập hợp một phản hồi sáng tạo và thống nhất hơn, chúng ta có thể phải cam chịu một số phận như vậy. Điều này chính xác là nhận thức mà *Đồng Minh của Nhân Loại* đem đến.

Nhưng, đây là một quyển sách mà có thể thay đổi cuộc sống, bởi vì nó kích hoạt một tiếng gọi sâu thẳm bên trong mà nhắc chúng ta về mục đích sống của chúng ta ở thời điểm này trong lịch sử loài người và đưa chúng ta đối mặt với định mệnh của chúng ta. Ở đây chúng ta bị đối chất với nhận thức bất tiện nhất trong tất cả: Tương lai của nhân loại có thể dựa vào cách chúng ta đáp lại thông điệp này như thế nào.

Trong khi *Đồng Minh của Nhân Loại* đầy cảnh báo, ở đây không có việc kích thích sự sợ hãi hay tuyệt vọng. Thay vào đó, thông điệp này trao cho một niềm hi vọng vĩ đại trong tình cảnh nguy hiểm và khó khăn nhất ngay lúc này. Ý định hiển nhiên là để bảo tồn và trao quyền lực cho tự do của loài người, và để xúc tác việc đáp lại sự can thiệp từ ngoài hành tinh từ mỗi cá nhân và toàn thể cộng đồng.

Thật phù hợp, chính Rachel Carson đã từng nhận diện vấn đề đang cản trở khả năng của chúng ta để đáp lại khủng hoảng hiện thời này: "Chúng ta vẫn chưa đủ trưởng thành," bà ấy nói, "để nghĩ về bản thân chỉ là một phần rất nhỏ của một vũ trụ mênh mông và tuyệt vời." Rõ ràng là chúng ta đã luôn cần một hiểu biết mới về bản thân, về vị trí của chúng ta trong vũ trụ, và về sự sống trong Cộng Đồng Vĩ Đại (vũ trụ vật chất và thánh linh lớn hơn mà chúng ta đang trồi vào). Thật may mắn, *Đồng Minh của Nhân Loại* là một cánh cửa mở đến những giáo huấn và những bài thực hành về thánh linh hứa hẹn để khắc sâu sự trưởng thành cần thiết trong giống loài với một cách nhìn không phải từ trái đất hay với loài người là trọng tâm, nhưng thay vào đó nó được dựa vào những truyền thống xa xưa hơn, sâu thẳm hơn và phổ biến trong vũ trụ.

Sau cùng, thông điệp của *Đồng Minh của Nhân Loại* thử thách hầu như tất cả những khái niệm căn bản của chúng ta về thực tế, cùng lúc trao cho chúng ta cơ hội lớn nhất cho sự tiến bộ và thử thách lớn nhất của chúng ta cho sự sinh tồn. Trong khi cuộc khủng hoảng hiện tại đe dọa quyền tự quyết của chủng loài chúng ta, nó cũng có thể đưa cho một nền tảng rất cần thiết để đem lại sự thống nhất cho loài người – một việc bất khả thi nếu không có bối cảnh lớn lao này. Với cách nhìn được đưa ra trong *Đồng Minh của Nhân Loại* và nhiều giáo huấn khác được trình bày bởi Summers, chúng ta được trao cho một cảm hứng và một sự bắt buộc để hợp nhất trong sự hiểu biết sâu sắc để giúp sự tiến hóa của nhân loại.

◆

Trong bài báo cáo cho bài viết của Time Magazine về 100 tiếng nói có nhiều ảnh hưởng nhất trong thế kỷ 20th, Peter Matthiessen đã viết về Rachel Carson, "Trước khi có phong trào về môi trường, có một người phụ nữ dũng cảm và quyển sách rất dũng cảm của bà." Một vài năm tới, chúng ta có thể sẽ nói tương tự về Marshall Vian Summers: Trước khi có phong trào để chống lại Sự Can Thiệp từ ngoài hành tinh, có một người đàn ông dũng cảm và thông điệp rất dũng cảm của ông, *Đồng Minh của Nhân Loại*. Lần này, mong rằng phản ứng của chúng ta sẽ nhanh chóng hơn, quyết đoán hơn, và thống nhất hơn.

— Michael Brownlee
Nhà báo

Đồng Minh của Nhân Loại đang được trình bày để chuẩn bị loài người cho một thực tế hoàn toàn mới mà hầu như bị che giấu và không được nhận biết trong thế giới hôm nay. Nó đưa một cách nhìn mới để trao quyền lực cho loài người để đối mặt với thử thách và cơ hội vĩ đại nhất mà chủng loài chúng ta từng chạm trán. Những Bài Chỉ Dẫn từ Đồng Minh chứa đựng nhiều tuyên bố quan trọng và đầy báo động về sự can thiệp và xâm nhập của người ngoài hành tinh vào loài người và về những hoạt động và mục đích được che giấu của người ngoài hành tinh. Mục đích của Những Bài Chỉ Dẫn từ Đồng Minh không phải là để đưa ra bằng chứng cụ thể về thực tế của sự viếng thăm từ ngoài hành tinh trong thế giới của chúng ta, điều đã được liệt kê trong nhiều quyển sách và tạp chí nghiên cứu khác về đề tài này. Mục đích của Những Bài Chỉ Dẫn từ Đồng Minh là để bàn về những hậu quả nghiêm trọng và sâu rộng của hiện tượng này, để thử thách những xu hướng và giả định của con người về hiện tượng này và để cảnh báo gia đình nhân loại về ngưỡng cửa vĩ đại chúng ta đang đối mặt. Những Bài Chỉ Dẫn từ Đồng Minh trao cho một cái nhìn thoảng vào trong thực tế của sự sống thông minh trong vũ trụ và Sự Chạm Trán thật sự có nghĩa gì. Đối với nhiều độc giả, điều được tiết lộ trong *Đồng Minh của Nhân Loại* là hoàn toàn mới lạ. Đối với những người khác, nó sẽ là lời xác nhận cho những điều họ đã cảm nhận và đã biết trong một thời gian dài.

Mặc dù quyển sách này đem đến một thông điệp khẩn cấp, nó cũng là về việc đi đến một nhận thức cao hơn được gọi là "Tri Thức," điều bao gồm khả năng thần giao cách cảm giữa con người và giữa những chủng loài. Về việc này, Những Bài Chỉ Dẫn từ Đồng Minh đã được truyền tải đến tác giả từ một nhóm với các cá nhân từ nhiều chủng loài ngoài hành tinh, họ tự gọi là "Đồng Minh của Nhân Loại." Họ mô tả bản thân là những loài hữu hình đến từ những thế giới khác khác và đã tụ họp trong hệ mặt trời của chúng ta gần Trái Đất với mục đích quan sát liên lạc và hoạt động của những người hành tinh đang ở trong thế giới can thiệp vào vấn đề của loài người. Họ nhấn mạnh rằng bản thân họ không có mặt trong thế giới chúng ta và họ đang trao cho sự khôn ngoan cần thiết, chứ không phải công nghệ hay sự can thiệp.

Những Bài Chỉ Dẫn từ Đồng Minh đã được trao cho tác giả trong giai đoạn một năm. Chúng trao cho cái nhìn và tầm nhìn vào một chủ đề phức tạp mà mặc cho nhiều thập kỷ với bằng chứng ngày càng tăng, tiếp tục làm bối rối những nhà nghiên cứu. Nhưng cái nhìn này không là lãng mạn, đầy suy đoán hay lý tưởng trong cách tiếp cận vấn đề của nó. Ngược lại, nó thực tiễn và không thoả hiệp đến mức nó có thể khá là thử thách, ngay cả cho độc giả hiểu biết về chủ đề này.

Do đó, để nhận lãnh điều quyển sách này trao tặng đòi hỏi bạn đình chỉ, ít nhất là trong giây lát, nhiều niềm tin, giả định và câu hỏi mà bạn có thể có về Sự Chạm Trán với người ngoài hành tinh và ngay cả về cách cuốn sách này đã được viết. Nội dung quyển sách này như là một thông điệp trong một cái chai đã được gửi đến đây từ bên ngoài thế giới. Do đó, chúng ta không nên quá quan tâm về cái chai nhưng về chính thông điệp.

Để thật sự hiểu thông điệp đầy thử thách này, chúng ta phải đối mặt và xem xét nhiều giả định và khuynh hướng phổ biến về khả năng và thực tế của Sự Chạm Trán. Chúng bao gồm:

- phủ nhận;
- hi vọng;
- hiểu sai bằng chứng để xác nhận niềm tin của chúng ta;
- muốn và mong chờ sự cứu rỗi từ những "vị khách";
- tin rằng công nghệ ngoài hành tinh sẽ cứu chúng ta;
- cảm giác tuyệt vọng và quy phục với điều chúng ta giả định là một thế lực giỏi hơn;
- đòi hỏi sự minh bạch từ chính quyền nhưng không đòi sự minh bạch về người ngoài hành tinh;
- chỉ trích những nhà lãnh đạo và những tổ chức của loài người trong khi vẫn chấp nhận và không truy hỏi những "vị khách";
- giả thiết rằng bởi vì họ chưa tấn công hay xâm lược chúng ta, họ ở đây cho lợi ích chúng ta;
- giả thiết rằng công nghệ tiên tiến đi đôi với sự tiến bộ về đạo lý và thánh linh;
- tin rằng hiện tượng này là một điều bí ẩn trong khi nó hoàn toàn là một sự kiện có thể hiểu được;
- tin rằng những người ngoài hành tinh trong cách nào đó có chủ quyền với nhân loại và hành tinh này;
- và tin rằng nhân loại là không thể được cứu chuộc và không thể tự nó tiến hóa.

Những Bài Chỉ Dẫn từ Đồng Minh thử thách những giả định và khuynh hướng như vậy và đập tan nhiều huyền thoại chúng ta đang có về việc ai đang thăm chúng ta và tại sao họ ở đây.

Những Bài Chỉ Dẫn từ Đồng Minh của Nhân Loại trao cho chúng ta một cái nhìn lớn lao hơn và một hiểu biết sâu hơn về định mệnh của chúng ta bên trong phạm vi lớn hơn của sự sống thông minh trong vũ trụ. Để đạt được điều này, Đồng Minh không nói với bộ não phân tích của chúng ta nhưng với Tri Thức, phần sâu thẳm hơn trong con người chúng ta nơi mà sự thật, mặc dù bị che phủ như thế nào, có thể trực tiếp được phân biệt và trải nghiệm.

Đồng Minh của Nhân Loại Tập Một sẽ gây ra nhiều câu hỏi, chúng sẽ đòi hỏi sự nghiên cứu và suy niệm. Trọng tâm của nó không phải để đưa tên, thời điểm và địa điểm nhưng để đưa cho một cách nhìn về sự hiện diện của người ngoài hành tinh trong thế giới và về sự sống trong vũ trụ mà loài người chúng ta không thể có được bằng cách nào khác. Trong khi vẫn sống trong cô lập trên bề mặt của thế giới chúng ta, chúng ta chưa thể thấy và biết điều gì đang diễn ra về sự sống ngoài biên giới chúng ta. Cho điều này chúng ta cần sự giúp đỡ, một hình thức giúp đỡ rất kỳ diệu. Ban đầu chúng ta có thể không nhận ra hay chấp nhận sự giúp đỡ như vậy. Nhưng nó đang ở đây.

Mục đích được tuyên bố của Đồng Minh là để cảnh báo chúng ta về những hiểm nguy trong việc trồi vào Cộng Đồng Vĩ Đại của sự sống thông minh và để giúp chúng ta vượt qua ngưỡng cửa vĩ đại này thành công theo con đường để mà tự do, tự chủ và quyền tự quyết của con người có thể được bảo tồn. Đồng Minh đang ở đây để khuyên chúng ta về nhu cầu cho nhân loại để thiết lập "Luật Lệ Giao Tiếp" riêng của chúng ta trong thời đại chưa từng có này. Theo Đồng Minh, nếu chúng ta khôn ngoan, được chuẩn bị và thống nhất, chúng ta sẽ có thể đạt được vị trí đã định trước của chúng ta như một chủng loài trưởng thành và tự do trong Cộng Đồng Vĩ Đại.

◆

Trong giai đoạn những bài chỉ dẫn này diễn ra, Đồng Minh đã lập lại một vài ý quan trọng mà họ cảm thấy là thiết yếu cho hiểu biết của chúng ta. Chúng tôi đã bảo tồn sự lập đi lập lại này trong quyển sách để bảo vệ ý định và sự trọn vẹn của thông điệp của họ. Bởi vì bản chất khẩn cấp của thông điệp của Đồng Minh và bởi vì những thế lực trong thế giới mà sẽ chống lại thông điệp này, sự lập đi lập lại này là khôn ngoan và cần thiết.

Theo sau việc xuất bản của *Đồng Minh của Nhân Loại Tập Một* năm 2001, Đồng Minh đã trao cho tập hai của Những Bài Chỉ Dẫn để hoàn tất thông điệp quan trọng của họ cho nhân loại. *Đồng Minh của Nhân Loại Tập Hai*, xuất bản năm 2005, đem đến thông tin mới đầy sửng sốt về sự tương tác giữa các chủng loài trong vũ trụ cục bộ của chúng ta và về bản chất, mục đích và những hoạt động được che giấu nhiều nhất của những loài đang can thiệp trong vấn đề của loài người. Nhờ vào những độc giả đã thấy sự khẩn cấp của thông điệp của Đồng Minh và đã thông dịch Những Bài Chỉ Dẫn vào những ngôn ngữ khác, có một nhận thức đang tăng rộng toàn cầu về thực tế của Sự Can Thiệp.

Chúng tôi ở Thư Viện Thông Điệp Mới thấy rằng hai quyển Những Bài Chỉ Dẫn này có thể chứa đựng một trong những thông điệp quan trọng nhất đang được truyền tải trong thế giới ngày hôm nay. *Đồng Minh của Nhân Loại* không chỉ là thêm một quyển sách suy đoán về hiện tượng người ngoài hành tinh. Nó là một thông điệp chân thật có sức biến đổi và nhắm trực tiếp đến mục đích ẩn dấu của Sự Can Thiệp ngoài hành tinh để đem đến nhận thức mà chúng ta sẽ cần để đối mặt với những thử thách và cơ hội trước mắt.

—THƯ VIỆN THÔNG ĐIỆP MỚI

Ai là
Đồng Minh của Nhân Loại?

Đồng Minh phục vụ nhân loại bởi vì họ phục vụ việc giành lại và việc thể hiện Tri Thức ở khắp nơi trong Cộng Đồng Vĩ Đại. Họ đại diện cho những nhà thông thái ở nhiều thế giới, những người ủng hộ một mục đích vĩ đại hơn trong cuộc sống. Cùng nhau họ chia sẻ một Tri Thức và Minh Triết vĩ đại mà có thể được truyền tải xuyên qua những khoảng cách bao la của không gian và xuyên qua những giới ranh của chủng tộc, văn hóa, tính khí và môi trường. Minh triết của họ xuyên thấu. Kỹ năng của họ thì vĩ đại. Sự hiện diện của họ được che giấu. Họ nhận ra bạn bởi vì họ nhận ra rằng bạn là một chủng loài đang trỗi lên, đang trỗi vào một môi trường rất khó khăn và đầy cạnh tranh trong Cộng Đồng Vĩ Đại.

◆

THÁNH LINH TRONG CỘNG ĐỒNG VĨ ĐẠI
Chương 15: Ai Phục Vụ Nhân Loại?

…Hơn hai mươi năm trước, một nhóm người từ vài thế giới khác đã tập trung ở một vị trí bí mật trong hệ mặt trời của chúng ta gần Trái Đất với mục đích quan sát Sự Can Thiệp của người ngoài hành tinh đang diễn ra trong thế giới chúng ta. Từ điểm quan sát bí mật của họ, họ đã có thể xác định danh tính, tổ chức và mục đích của những loài đang viếng thăm thế giới chúng ta và theo dõi hành vi của những vị khách này.

Nhóm những người quan sát này gọi họ là "Đồng Minh của Nhân Loại."

Đây là bản báo cáo của họ.

Những
Bài Chỉ Dẫn

◆

Sự Hiện Diện của Người Ngoài Hành Tinh trong Thế Giới Hôm Nay

Đây là một vinh hạnh lớn lao cho chúng tôi để có thể trình bày thông tin này cho tất cả các bạn, người mà đủ may mắn để nghe thông điệp này. Chúng tôi là Những Đồng Minh của Nhân Loại. Sự truyền tải này được diễn ra bởi sự hiện diện của Những Người Vô Hình, những cố vấn thánh linh người trông coi sự phát triển của sự sống thông minh bên trong thế giới của bạn và khắp cả Cộng Đồng Vĩ Đại của Các Thế Giới.

Chúng tôi không đang liên lạc thông qua bất kỳ thiết bị máy móc nào, nhưng thông qua một kênh thánh linh mà không bị can thiệp. Mặc dù chúng tôi sống trong hữu hình, như các bạn vậy, chúng tôi được ban tặng sự đặc quyền để liên lạc bằng cách này để truyền đạt thông tin mà chúng tôi phải chia sẻ với bạn.

Chúng tôi đại diện cho một nhóm nhỏ mà đang quan sát những sự kiện của thế giới của bạn. Chúng tôi đến từ Cộng Đồng Vĩ Đại. Chúng tôi không can thiệp vào những vấn đề của con người. Chúng tôi không có cơ sở lực lượng ở đây. Chúng tôi đã được gửi đến cho một mục đích rất rõ ràng – để chứng kiến những sự kiện đang xảy ra trong thế giới của bạn và, được trao cơ hội để làm như vậy, để truyền tải đến bạn điều chúng tôi thấy và điều chúng tôi biết. Bởi vì bạn sống trên bề mặt của thế giới của bạn và không thấy những vấn đề bao quanh nó. Bạn cũng không thể thấy rõ sự thăm viếng mà đang xảy ra trong thế giới của bạn ngay lúc này hay điều gì nó báo trước về tương lai của bạn.

Chúng tôi muốn chứng nhận cho điều này. Chúng tôi đang làm vậy theo yêu cầu của Những Người Vô Hình, bởi vì chúng tôi đã được cử đến cho mục đích này. Thông tin mà chúng tôi sắp truyền đạt đến bạn có thể có vẻ rất thử thách và làm sửng sốt. Nó có thể là không ngờ cho nhiều người nghe thông điệp này. Chúng tôi hiểu sự khó khăn này, bởi vì chúng tôi đã phải đối mặt với điều này trong những nền văn minh riêng của chúng tôi.

Khi bạn nghe thông tin, nó có thể khó để chấp nhận lúc đầu, nhưng nó là thiết yếu cho tất cả những ai sẽ tìm cách để đóng góp cho thế giới.

Trong nhiều năm chúng tôi đã đang quan sát những vấn đề của thế giới của bạn. Chúng tôi không tìm kiếm mối quan hệ nào với nhân loại. Chúng tôi không đang ở đây dưới một sứ mệnh ngoại giao. Chúng tôi được cử đến bởi Những Người Vô Hình để sống gần thế giới của bạn để quan sát những sự kiện mà chúng tôi sắp kể.

Tên của chúng tôi là không quan trọng. Chúng là vô nghĩa đối với bạn. Và chúng tôi sẽ không truyền đạt chúng cho sự an toàn của chúng tôi, bởi vì chúng tôi phải tiếp tục ẩn nấp để chúng tôi có thể phục vụ.

Để bắt đầu, nó là cần thiết cho con người khắp nơi để hiểu rằng nhân loại đang nổi lên vào trong một Cộng Đồng Vĩ Đại của cuộc sống thông minh. Thế giới của bạn đang bị "thăm viếng" bởi vài chủng loài ngoài hành tinh và bởi vài tổ chức khác nhau của các chủng loài. Điều này đã diễn ra một cách hiệu lực một khoảng thời gian rồi. Đã có nhiều cuộc viếng thăm xuyên suốt lịch sử loài người, nhưng chưa bao giờ ở mức độ này. Sự có mặt của những vũ khí nguyên tử và sự phá hoại thế giới tự nhiên của bạn đã đem những thế lực này đến những bến bờ của bạn.

Có nhiều người trên thế giới hôm nay, chúng tôi biết được, bắt đầu nhận ra rằng điều này đang xảy ra. Và chúng tôi cũng hiểu rằng có nhiều sự thông dịch về sự thăm viếng này - nó có thể có ý nghĩa gì và nó có thể ban cho điều gì. Và nhiều trong số những người nhận thức về những điều này rất hi vọng và chờ đợi một lợi ích lớn lao cho nhân loại. Chúng tôi hiểu. Đó là tự nhiên để mong chờ điều này. Đó là tự nhiên để hi vọng.

Sự thăm viếng trong thế giới của bạn ngay lúc này là rất sâu rộng, quá nhiều đến nỗi con người ở tất cả những nơi khác nhau trên thế giới đang chứng kiến nó và đang trải nghiệm ảnh hưởng của nó một cách trực tiếp. Điều đã mang những "người khách" từ Cộng Đồng Vĩ Đại, những tổ chức khác nhau với những giống loài, là không phải để phát triển sự tiến bộ của nhân loại hay sự giáo dục thánh linh của nhân loại. Điều đã mang những thế lực này đến những bến bờ của bạn với số lượng và với chủ ý như vậy là những tài nguyên của thế giới của bạn.

Điều này chúng tôi hiểu rằng có thể khó để chấp nhận lúc đầu bởi vì bạn chưa thể nhận thức được thế giới của bạn đẹp như thế nào, nó sở hữu nhiều như thế nào và nó là một viên ngọc quý giá như thế nào trong một Cộng Đồng Vĩ Đại của những thế giới cằn cỗi và khoảng không trống rỗng. Những thế giới như của bạn đúng là hiếm. Hầu hết những nơi trong Cộng Đồng Vĩ Đại mà đang được ở đã được lập thành thuộc địa, và công nghệ đã giúp điều này xảy ra. Nhưng những thế giới như của bạn nơi mà cuộc sống đã tiến hoá một cách tự nhiên, không có sự trợ giúp của công nghệ, là hiếm hơn nhiều so với bạn nhận ra. Những loài khác rất quan tâm đến điều này, dĩ nhiên rồi, bởi vì những nguồn tài nguyên sinh học của thế giới của bạn đã bị sử dụng bởi vài chủng loài khác trong hàng ngàn năm. Nó được coi là một nhà kho cho vài chủng loài khác. Và nhưng sự phát triển của nền văn minh loài người và những vũ khí nguy hiểm và sự suy thoái của những nguồn tài nguyên này đã tạo nên Sự Can Thiệp từ ngoài hành tinh.

Có lẽ bạn có thể tự hỏi tại sao những nỗ lực ngoại giao không được thiết lập để liên lạc với những nhà lãnh đạo của nhân loại. Điều này là có lý để hỏi, nhưng sự khó khăn ở đây là không có ai để đại diện cho nhân loại, bởi vì loài người của bạn là chia rẽ, và những quốc gia của bạn chống đối lẫn nhau. Nó cũng được cho rằng bởi những vị khách mà chúng tôi nói đến rằng bạn là hiếu chiến và hung hăng và rằng bạn sẽ mang đến tai hại và sự thù địch cho vũ trụ xung quanh bạn mặc cho những điểm tốt của bạn.

Do đó, trong cuộc truyền đạt của chúng tôi chúng tôi muốn trao cho bạn một ý niệm về việc gì đang xảy ra, điều đó sẽ có ý nghĩa gì cho nhân loại và nó liên quan như thế nào đến sự phát triển tâm linh của bạn, sự phát triển trong xã hội của bạn và tương lai của bạn trong thế giới và trong cả Cộng Đồng Vĩ Đại của Các Thế Giới.

Con người không nhận thức về sự hiện diện của những thế lực ngoài hành tinh, không nhận thức về sự hiện diện của những nhà thám hiểm tài nguyên, về những loài mà sẽ tìm đồng minh với nhân loại cho lợi ích riêng của họ. Có lẽ chúng tôi nên bắt đầu từ đây bằng cách cho bạn một ý niệm về cuộc sống như thế nào bên ngoài những bến bờ của bạn, bởi vì bạn chưa hành trình xa và không thể tự giải thích những điều này.

Bạn sống trong một phần của thiên hà mà cũng khá được cư trú. Không phải tất cả những phần của thiên hà là được cư trú nhiều như vậy. Có rất nhiều khu vực chưa được khám phá. Có nhiều chủng loài giấu mình. Giao dịch và thương mại giữa các thế giới chỉ được diễn ra trong những khu vực nhất định. Môi trường mà bạn sẽ trồi vào là một môi trường rất cạnh tranh. Sự cần thiết cho những nguồn tài nguyên được trải nghiệm khắp mọi nơi, và nhiều xã hội công nghệ đã vượt quá những nguồn tài nguyên tự nhiên của thế giới của họ và phải giao dịch, đổi chác và du hành để lấy được thứ họ cần. Nó là một hoàn cảnh rất phức tạp. Nhiều nhóm đồng minh được tạo ra và xung đột có xảy ra.

Có lẽ ở thời điểm này nó là cần thiết để nhận ra rằng Cộng Đồng Vĩ Đại mà bạn đang trồi vào là một môi trường khó khăn và một môi trường đầy thử thách, nhưng nó mang tới cơ hội vĩ đại và những khả năng vĩ đại cho nhân loại. Tuy nhiên, để những khả năng và những lợi thế này được nhận ra, nhân loại phải chuẩn bị và nhận biết được cuộc sống trong vũ trụ là như thế nào. Và nó phải hiểu được thánh linh có nghĩa gì trong một Cộng Đồng Vĩ Đại của cuộc sống thông minh.

Chúng tôi hiểu được từ lịch sử của chính chúng tôi rằng đây là ngưỡng cửa vĩ đại nhất mà bất cứ thế giới nào sẽ từng đối mặt. Tuy nhiên, nó không phải là thứ mà bạn có thể lên kế hoạch cho bản thân. Nó không phải là thứ mà bạn có thể thiết kế cho tương lai riêng của bạn. Bởi vì những thế lực mà sẽ mang thực tế của Cộng Đồng Vĩ Đại đến đây đang hiện diện trong thế giới của bạn rồi. Những hoàn cảnh đã mang họ đến đây. Họ đang ở đây.

Có lẽ điều này cho bạn một ý niệm về cuộc sống là như thế nào bên ngoài những ranh giới của bạn. Chúng tôi không muốn tạo ra một ý tưởng đầy sợ hãi, nhưng đó là cần thiết cho phúc lợi của bạn và cho tương lai của bạn rằng bạn có một sự đánh giá chân thật và có thể thấy những điều này một cách rõ ràng.

Chúng tôi cảm thấy rằng, nhu cầu để chuẩn bị cho cuộc sống trong Cộng Đồng Vĩ Đại là nhu cầu vĩ đại nhất trên thế giới của bạn ngày hôm nay. Nhưng mà, từ sự quan sát của chúng tôi, con người đang bận tâm với những việc của họ và những vấn đề của họ trong cuộc sống hằng ngày của họ, không nhận thức về những thế lực vĩ đại mà sẽ thay đổi định mệnh của họ và ảnh hưởng đến tương lai của họ.

Những thế lực và những nhóm đang ở đây ngày hôm nay đại diện cho một vài nhóm đồng minh khác nhau. Những nhóm đồng minh khác nhau này không hợp nhất với nhau trong những nỗ lực của họ. Mỗi nhóm đồng minh đại diện cho vài chủng loài khác nhau mà đang hợp tác với nhau với mục đích đoạt được quyền sử dụng những nguồn tài nguyên của thế giới của bạn và để giữ gìn quyền lợi này. Những nhóm đồng minh khác nhau này, trên căn bản, đang tranh đấu với nhau mặc dù họ không chiến tranh với nhau. Họ nhìn thế giới của bạn như một món quà thưởng to lớn, thứ mà họ muốn cho bản thân.

Điều này tạo nên một thử thách rất to lớn cho loài người của bạn, bởi vì những thế lực đang thăm viếng bạn không chỉ có công nghệ tiến bộ, mà còn có sự gắn kết xã hội mạnh mẽ và có thể ảnh hưởng suy nghĩ trong Môi Trường Tinh Thần. Bạn thấy không, trong Cộng Đồng Vĩ Đại, công nghệ được đạt được một cách dễ dàng, và do đó lợi thế lớn lao giữa những xã hội cạnh tranh với nhau là khả năng ảnh hưởng suy nghĩ. Điều này đã trở thành những sự biểu hiện rất tinh vi. Nó tượng trưng cho một chuỗi những kỹ năng mà nhân loại chỉ mới bắt đầu khám phá.

Như một kết quả, những vị khách của bạn không đến đây trang bị với những vũ khí to lớn hay với những quân đội hay với những hạm đội thuyền. Họ đến trong những nhóm khá nhỏ, nhưng họ có khả năng đáng kể trong việc ảnh hưởng con người. Điều này thể hiện một cách dùng quyền lực tinh vi và trưởng thành hơn trong Cộng Đồng Vĩ Đại. Đó là khả năng này mà nhân loại sẽ phải nuôi dưỡng trong tương lai nếu nó muốn cạnh tranh với những chủng loài khác một cách thành công.

Những vị khách đang ở đây để đạt được lòng trung thành của nhân loại. Họ không muốn huỷ hoại những thành lập của con người hay sự hiện diện của con người. Thay vào đó, họ muốn dùng những thứ này cho lợi ích riêng của họ. Ý định của họ là việc sử dụng, không phải sự phá huỷ. Họ cảm thấy rằng họ đúng bởi vì họ tin rằng họ đang cứu thế giới. Một số còn tin rằng họ đang cứu nhân loại khỏi chính nó. Nhưng cách nhìn này không phục vụ những quyền lợi lớn lao hơn của bạn, hay nuôi dưỡng sự khôn ngoai hay sự tự chủ trong gia đình loài người.

Nhưng bởi vì có những thế lực tốt trong Cộng Đồng Vĩ Đại của Các Thế Giới, bạn có những đồng minh. Chúng tôi đại diện cho giọng nói của những đồng minh của bạn, Những Đồng Minh của Nhân Loại. Chúng tôi không phải ở đây để dùng những nguồn tài nguyên của bạn hay để lấy từ bạn thứ mà bạn sở hữu. Chúng tôi không tìm cách để thiết lập nhân loại như là một chính quyền thân chủ hay như là một thuộc địa cho những mục đích riêng của chúng tôi. Thay vào đó, chúng tôi muốn nuôi dưỡng sức mạnh và sự khôn ngoan trong nhân loại bởi vì chúng tôi ủng hộ điều này trong khắp Cộng Đồng Vĩ Đại.

Như thế, vai trò của chúng tôi là khá cơ bản, và thông tin của chúng tôi là rất cần thiết bởi vì ngay thời điểm này ngay cả những người biết về sự hiện diện của những vị khách cũng chưa nhận biết về những ý định của họ. Con người không hiểu được những phương thức của các vị khách. Và họ không hiểu những đạo lý hay luân lý của những vị khách. Con người nghĩ rằng những vị khách là thiên thần hay là quái vật. Nhưng trong thực tế, họ rất giống bạn trong những nhu cầu của họ. Nếu bạn có thể nhìn thế giới qua mắt họ, bạn sẽ hiểu ý thức của họ và động lực của họ. Nhưng để làm điều đó, bạn sẽ phải mạo hiểm ra ngoài.

Những vị khách đang tham gia vào bốn hoạt động cơ bản để đạt được sức ảnh hưởng bên trong thế giới của bạn. Mỗi hoạt động này là độc nhất, nhưng chúng đều được phối hợp với nhau. Chúng đang được tiến hành bởi vì nhân loại đã được nghiên cứu trong một thời gian dài. Suy nghĩ của con người, cách cư xử của con người, sinh lý học của con người và tôn giáo của con người đã được nghiên cứu trong một thời gian dài. Những điều này được hiểu rõ bởi những vị khách của bạn và sẽ được dùng cho những mục đích riêng của họ.

Hoạt động đầu tiên của những vị khách là để ảnh hưởng những cá nhân trong những vị trí quyền lực và quyền thế. Bởi vì những vị khách không muốn phá huỷ bất cứ thứ gì trong thế giới hay làm hại những nguồn tài nguyên của thế giới, họ tìm cách để đạt được sức ảnh hưởng với những người mà họ cho rằng đang ở những vị trí quyền lực, chủ yếu trong chính phủ và tôn giáo. Họ tìm sự liên lạc, nhưng chỉ với một số cá nhân nào đó. Họ có quyền lực để tạo nên sự liên lạc này, và họ có quyền lực thuyết phục. Không phải tất cả những người họ liên lạc sẽ bị thuyết phục, nhưng nhiều người sẽ bị. Lời hứa cho quyền lực lớn hơn, công nghệ lớn hơn và sự thống trị thế giới sẽ kích thích và kích động nhiều cá nhân. Và đó là những cá nhân này mà những vị khách sẽ tìm cách thiết lập mối quan hệ.

Có rất ít người trong các chính phủ của thế giới đang bị ảnh hưởng nhiều như vậy, nhưng số lượng của họ đang tăng lên. Những vị khách hiểu hệ thống cấp bậc của quyền lực bởi vì chính họ sống theo nó, đi theo chuỗi chỉ huy riêng của họ, bạn có thể nói vậy. Họ rất có tổ chức và rất tập trung trong những nỗ lực của họ, và ý nghĩ về những nền văn hóa đầy những cá nhân độc lập tư tưởng là khá xa lạ đối với họ. Họ không hiểu sự độc lập cá nhân. Họ như những xã hội phát triển công nghệ khác trong Cộng Đồng Vĩ Đại mà hoạt động trong các thế giới của họ và trong những cơ sở của họ xuyên suốt khoảng không rộng lớn, dùng một dạng chính phủ và tổ chức được thành lập lâu đời và cứng ngắc. Họ tin rằng nhân loại là hỗn loạn và bất kham, và họ cảm thấy rằng họ đang mang trật tự tới cho một tình cảnh mà chính họ không thể hiểu được. Sự tự do cá nhân là không được biết đến đối với họ, và họ không thấy giá trị của nó. Kết quả là, điều họ tìm cách để thiết lập trong thế giới sẽ không tôn vinh sự tự do này.

Do đó, phạm vi đầu tiên của nỗ lực của họ là để thiết lập một mối quan hệ với những cá nhân trong vị trí quyền lực và ảnh hưởng để đạt được lòng trung thành của họ và để thuyết phục họ về những khía cạnh lợi ích của mối quan hệ và mục đích chung.

Con đường hoạt động thứ hai, điều mà có lẽ là khó khăn nhất để nhìn nhận từ quan điểm của bạn, là sự thao túng của những giá trị và những thôi thúc về tôn giáo. Những vị khách hiểu rằng những khả năng vĩ đại nhất của nhân loại cũng đại diện cho điểm dễ bị ảnh hưởng nhất của nó. Sự khao khát của con người cho sự cứu rỗi cá nhân đại diện cho một trong những tài sản vĩ đại nhất gia đình nhân loại có thể ban tặng, ngay cả cho Cộng Đồng Vĩ Đại. Nhưng đó cũng là điểm yếu của bạn. Và đó là những thôi thúc này và những giá trị này mà sẽ bị dùng.

Một vài nhóm khách thăm muốn thiết lập bản thân như là những tác nhân thánh linh bởi vì họ biết cách nói chuyện trong Môi Trường Tinh Thần. Họ có thể nói chuyện trực tiếp với con người, và thật không may mắn, bởi vì có rất ít người trên thế giới có thể phân biệt rõ sự khác biệt giữa một giọng nói thánh linh và giọng nói của những vị khách, tình hình trở nên rất khó khăn.

Do đó, phạm vi hoạt động thứ hai là để đạt được lòng trung thành của con người thông qua những động lực tín ngưỡng và thánh linh của họ. Thật ra, điều này có thể làm được khá dễ dàng bởi vì nhân loại chưa mạnh mẽ hay phát triển trong Môi Trường Tinh Thần. Nó là khó khăn cho con người để phân biệt rõ những thôi thúc này đến từ đâu. Nhiều người muốn trao bản thân họ cho bất kỳ điều gì họ nghĩ là có một giọng nói vĩ đại và một quyền lực vĩ đại. Những vị khách của bạn có thể phóng hình ảnh, những hình ảnh của những vị thánh của bạn, của những bậc thầy của bạn, của những thiên thần - những hình ảnh được xem là yêu quý và linh thiêng trong thế giới của bạn. Họ đã trau dồi khả năng này qua nhiều, nhiều thế kỷ cố gắng ảnh hưởng lẫn nhau và bằng cách học những cách thuyết phục mà được áp dụng ở nhiều nơi trong Cộng Đồng Vĩ Đại. Họ xem bạn là nguyên thủy, và do đó họ cảm thấy rằng họ có thể dùng sức ảnh hưởng này và dùng những cách thức này với bạn.

Ở đây có một nỗ lực để liên lạc với những cá nhân mà được xem là nhạy cảm, dễ lĩnh hội và bản chất dễ hợp tác. Nhiều người sẽ được chọn, những một số ít sẽ được chọn dựa vào những đặc tính này. Những vị khách của bạn sẽ tìm cách đạt được lòng trung thành từ những cá nhân này, để đạt được lòng tin của họ và để đạt được sự tận tâm của họ, kể cho những người nghe rằng những vị khách đang ở đây để nâng thánh linh nhân loại lên, để trao cho nhân loại hi vọng mới, những ân sủng mới và quyền lực mới - đúng là hứa hẹn những điều mà con người rất muốn nhưng bản thân họ chưa tìm thấy được. Có lẽ bạn sẽ tự hỏi, "Làm sao một điều như vậy có thể xảy ra?" Nhưng chúng tôi có thể bảo đảm với bạn rằng nó không khó khi mà bạn học những kỹ năng và khả năng này.

Nỗ lực ở đây là để bình định và để giáo dục lại con người thông qua sự thuyết phục về thánh linh. "Chương Trình Bình Định Hóa" này được áp dụng khác nhau với các nhóm tín ngưỡng khác nhau tuỳ thuộc vào những tư tưởng của họ và tính khí của họ. Nó luôn được hướng đến những cá nhân dễ lĩnh hội. Ở đây nó được hi vọng rằng con người sẽ đánh mất cảm giác về sự phân biệt rõ ràng của họ và sẽ trở nên hoàn toàn tin tưởng vào quyền lực vĩ đại hơn mà họ cảm thấy đang được trao cho họ bởi những vị khách. Khi lòng trung thành này đã được thiết lập, nó trở nên ngày càng khó khăn cho con người để phân biệt rõ điều họ biết trong họ khỏi điều đang được nói cho họ. Đó là một hình thức thuyết phục và thao túng rất tinh tế nhưng rất lan rộng. Chúng tôi sẽ nói thêm về điều này.

Chúng tôi sẽ nói về phạm vi hoạt động thứ ba, đó là để thiết lập sự hiện diện của những vị khách trong thế giới và để con người quen với sự hiện diện này. Họ muốn nhân loại thích nghi với sự đổi thay rất lớn lao này mà đang diễn ra giữa các bạn - để khiến bạn thích nghi với sự hiện diện xác thịt của những vị khách này và với hiệu lực của họ trong Môi Trường Tinh Thần riêng của bạn. Để phục vụ mục đích này, họ sẽ xây dựng những cơ sở ở đây, mặc dù không trong tầm nhìn. Những cơ sở này sẽ được giấu, nhưng chúng sẽ rất có quyền lực trong việc phủ sức ảnh hưởng vào những cộng đồng dân cư gần chúng. Những vị khách sẽ tốn rất nhiều công sức và thời gian để bảo đảm rằng những cơ sở này là có hiệu quả và rằng đủ người trung thành với chúng. Đó là những người này mà sẽ bảo vệ và giữ gìn sự hiện diện của những vị khách.

Đây chính xác là điều đang xảy ra trong thế giới của bạn ngay lúc này. Nó đại diện cho một thử thách vĩ đại và thật không may mắn, một rủi ro vĩ đại. Đó là cùng một điều chúng tôi đang mô tả mà đã xảy ra rất nhiều lần ở rất nhiều nơi trong Cộng Đồng Vĩ Đại. Và những chủng loài đang trỗi lên như chủng loài của bạn luôn dễ bị tổn thương nhất. Một vài chủng loài đang trỗi lên có thể thiết lập nhận thức, khả năng và sự hợp tác của riêng họ đến một mức độ mà họ có thể bù đắp lại những ảnh hưởng từ bên ngoài như vầy và thiết lập một sự hiện diện và một vị trí trong Cộng Đồng Vĩ Đại. Nhưng rất nhiều chủng loài, trước khi họ có thể đạt được tự do này, rơi vào sự điều khiển và ảnh hưởng của những thế lực bên ngoài.

Chúng tôi hiểu rằng thông tin này có thể kích động sự sợ hãi và có lẽ sự phủ nhận hay sự bối rối. Nhưng khi chúng tôi quan sát sự kiện, chúng tôi nhận ra rằng có rất ít người nhận thức về tình hình như nó thật sự tồn tại. Ngay cả những người bắt đầu nhận thức về sự hiện diện của những thế lực ngoài hành tinh không ở trong vị trí và không có điểm nhìn mà từ đó họ có thể nhìn thấy tình hình một cách rõ ràng. Và luôn có hi vọng và đầy tích cực, họ tìm cách để trao cho hiện tượng vĩ đại này nhiều nhất ý nghĩa tích cực mà họ có thể trao.

Tuy nhiên, Cộng Đồng Vĩ Đại là một môi trường cạnh tranh, một môi trường khó khăn. Những loài tham gia vào du hành không gian không đại diện cho những loài tiến hoá về thánh linh, bởi vì những loài tiến hoá về thánh linh tìm sự cô lập khỏi Cộng Đồng Vĩ Đại. Họ không tìm thương mại. Họ không tìm cách ảnh hưởng những chủng loài khác hay để tham gia vào những mạng lưới quan hệ rất phức tạp mà đã được thiết lập cho giao dịch và lợi ích song phương. Thay vào đó, những loài tiến hoá về thánh linh tìm cách để luôn giấu mình. Đây là một hiểu biết rất khác biệt, có lẽ, nhưng cần thiết cho bạn để hiểu được nguy hiểm vĩ đại mà nhân loại đang đối mặt. Nhưng nguy hiểm này chứa đựng những cơ hội vĩ đại. Chúng tôi muốn nói về những điều này lúc này.

Mặc cho mức độ nghiêm trọng của tình hình mà chúng tôi đang mô tả, chúng tôi không cảm thấy rằng những tình cảnh này là một bi kịch cho nhân loại. Thật sự là, nếu những tình cảnh này có thể được nhận ra và hiểu ra, và nếu sự chuẩn bị cho Cộng Đồng Vĩ Đại, điều đang tồn tại trong thế giới ngay lúc này, có thể được sử dụng, học hỏi và áp dụng, thì con người với thiện tâm khắp nơi sẽ có khả năng để học Tri Thức và Sự Khôn Ngoan của Cộng Đồng Vĩ Đại. Do đó, con người khắp nơi sẽ có thể tìm thấy nền tảng cho sự hợp tác để mà gia đình loài người có thể cuối cùng thiết lập một sự thống nhất mà đã chưa bao giờ được thiết lập ở đây trước kia. Bởi vì nó sẽ cần sự che phủ của Cộng Đồng Vĩ Đại để thống nhất nhân loại. Và sự che phủ này đang diễn ra ngay lúc này.

Đó là quá trình tiến hoá của bạn để trồi vào trong một Cộng Đồng Vĩ Đại của sự sống thông minh. Nó sẽ xảy ra mặc dù bạn đã chuẩn bị hay không. Nó phải xảy ra. Sự chuẩn bị, như vậy, trở thành chìa khoá. Sự hiểu biết và sự sáng tỏ, đây là những thứ mà là cần thiết và cần có trong thế giới của bạn ngay lúc này.

Con người ở khắp nơi có những món quà thánh linh vĩ đại mà có thể khiến họ thấy và biết một cách rõ ràng. Những món quà này là cần có ngay lúc này. Chúng cần được nhận ra, sử dụng và chia sẻ một cách tự do. Nó không đơn thuần dựa vào một bậc thầy vĩ đại hay một vị thánh vĩ đại trong thế giới của bạn để làm điều này. Nó phải được nuôi dưỡng bởi nhiều người hơn ngay lúc này. Bởi vì tình cảnh đem đến sự cần thiết, và nếu sự cần thiết có thể được tôn trọng, nó đem đến cơ hội vĩ đại.

Tuy nhiên, những điều kiện để học về Cộng Đồng Vĩ Đại và để bắt đầu trải nghiệm Thánh Linh của Cộng Đồng Vĩ Đại là rất lớn. Chưa bao giờ trước đây con người phải học những thứ như vậy trong một thời gian ngắn như vậy. Đúng vậy, những điều như vậy hiếm khi được học bởi bất cứ ai trong thế giới bạn trước giờ. Nhưng bây giờ nhu cầu đã thay đổi. Những tình cảnh đã khác. Ngay lúc này có những sức ảnh hưởng mới giữa các bạn, những sức ảnh hưởng mà bạn có thể cảm nhận và bạn có thể biết.

Những vị khách tìm cách để vô hiệu hoá loài người khỏi việc có tầm nhìn này và Tri Thức này bên trong họ, bởi vì những vị khách của bạn không có nó bên trong họ. Họ không thấy giá trị của nó. Họ không hiểu thực tế của nó. Trong việc này, nhân loại như một thể thì tiến hoá hơn họ. Nhưng đây chỉ là một tiềm năng, một tiềm năng mà phải được nuôi dưỡng.

Sự hiện diện ngoài hành tinh trong thế giới đang lớn lên. Nó đang lớn lên từng ngày, từng năm. Nhiều người hơn đang rơi vào sự thuyết phục của nó, đánh mất khả năng của họ để biết, trở nên lẫn lộn và bị phân tâm, tin vào những thứ mà chỉ có thể làm yếu họ và làm họ bất lực khi đối mặt với những loài mà sẽ tìm cách để dùng họ cho những mục đích riêng của họ.

Nhân loại là một chủng loài đang trỗi dậy. Nó dễ bị ảnh hưởng. Nó đang đối mặt với một loạt những tình cảnh và những sự ảnh hưởng ngay bây giờ mà nó chưa từng phải đối mặt trước kia. Bạn chỉ đã tiến hoá để cạnh tranh với nhau. Bạn chưa phải cạnh tranh với những hình dạng khác của sự sống. Nhưng đó là cuộc cạnh tranh này mà sẽ củng cố bạn và sẽ gọi ra những thuộc tính vĩ đại nhất của bạn nếu tình cảnh có thể được thấy và hiểu một cách rõ ràng.

Đó là vai trò của Những Người Vô Hình để nuôi dưỡng sức mạnh này. Những Người Vô Hình, người bạn gọi đúng là thiên thần, không chỉ nói với trái tim loài người mà với những trái tim khắp nơi mà có thể nghe và đã đạt được sự tự do để nghe.

Như vậy, chúng tôi đến với một thông điệp khó khăn, nhưng một thông điệp của lời hứa và hi vọng. Có lẽ đó không phải là thông điệp mà con người muốn nghe. Nó chắc chắn không phải là thông điệp mà những vị khách muốn khuyến khích. Nó là một thông điệp mà có thể được chia sẻ giữa người với người, và nó sẽ được chia sẻ bởi vì đó là tự nhiên để làm như vậy. Nhưng những vị khách và những người đã rơi vào ảnh hưởng của chúng sẽ chống lại một nhận thức như vậy. Họ không muốn thấy một nhân loại độc lập. Đó không phải là mục đích của họ. Họ ngay cả không tin rằng nó là có lợi. Do đó, đó là khao khát chân tình của chúng tôi rằng những ý tưởng này được xem xét không với sự lo lắng, nhưng với một tâm trí nghiêm túc và một mối quan tâm sâu thẳm mà được chứng minh là đúng ở đây.

Có nhiều người trong thế giới ngày hôm nay, chúng tôi biết được, cảm nhận rằng một sự đổi thay vĩ đại đang đến với nhân loại. Những Người Vô Hình đã nói cho chúng tôi những điều này. Nhiều lý do được liên kết với cảm nhận về đổi thay này. Và nhiều kết quả được tiên đoán. Nhưng trừ khi bạn có thể bắt đầu để hiểu về thực tế rằng nhân loại đang trồi vào một Cộng Đồng Vĩ Đại của sự sống thông minh, bạn chưa thể có bối cảnh đúng để hiểu định mệnh của nhân loại hay sự đổi thay vĩ đại mà đang xảy ra trong thế giới.

Từ quan điểm của chúng tôi, con người được sinh ra vào thời đại của họ để phục vụ thời đại đó. Đây là một bài học trong Thánh Linh của Cộng Đồng Vĩ Đại, một giáo huấn mà chúng tôi cũng là học sinh. Nó dạy về sự tự do và quyền lực của mục đích chung. Nó ban quyền thế cho cá nhân và cho cá nhân mà có thể tham gia với những người khác, những ý tưởng mà hiếm khi được chấp nhận hay được dùng trong Cộng Đồng Vĩ Đại, bởi vì Cộng Đồng Vĩ Đại không phải là một trạng thái thiên đàng. Nó là một thực tế về vật chất với những khắc nghiệt sinh tồn và tất cả những điều khác mà nó bao gồm. Tất cả những sinh vật trong thực tế này phải ganh đua với những nhu cầu và vấn đề này. Và trong việc này, những vị khách của bạn thì giống bạn hơn là bạn nhận ra. Họ không phải không thể hiểu được. Họ sẽ tìm cách để trở nên không thể hiểu được, nhưng họ có thể được hiểu. Bạn có quyền lực để làm việc này, nhưng bạn phải nhìn với con mắt sáng rõ. Bạn phải nhìn với một tầm nhìn lớn lao hơn và biết với sự thông minh lớn lao hơn, điều mà bạn có cơ hội để nuôi dưỡng trong bạn.

Đó là cần thiết cho chúng tôi lúc này để nói thêm về phạm vi thứ hai của ảnh hưởng và sức thuyết phục bởi vì điều này có tầm quan trọng to lớn, và đó là khao khát chân tình của chúng tôi rằng bạn sẽ hiểu những điều này và xem xét chúng cho chính bạn.

Các tôn giáo của thế giới nắm giữ chìa khoá cho sự cống hiến của loài người và lòng trung thành của loài người, hơn cả các chính phủ, hơn cả bất kỳ tổ chức nào khác. Điều này nói tốt cho nhân loại bởi vì những tôn giáo như vậy thường là khó để tìm thấy trong Cộng Đồng Vĩ Đại. Thế giới của bạn thì giàu có trong điểm này, nhưng sức mạnh của bạn cũng là nơi bạn yếu ớt và dễ bị ảnh hưởng. Nhiều người muốn được dẫn dắt và bổ nhiệm bởi thánh linh, để cho đi sự kiểm soát của cuộc sống của họ và để có một quyền lực thánh linh vĩ đại hơn dẫn dắt họ, cố vấn họ và giữ gìn họ. Đây là một khát khao chân thật, nhưng trong một bối cảnh của Cộng Đồng Vĩ Đại, một sự khôn ngoan đáng kể phải được nuôi dưỡng để khát khao này được hoàn tất. Nó là rất buồn cho chúng tôi để thấy con người trao đi quyền lực của họ một cách dễ dàng như thế nào, điều mà họ ngay cả chưa có một cách trọn vẹn, họ sẽ trao đi một cách sẵn sàng cho những loài mà họ không biết.

Thông điệp này có định mệnh để chạm tới những người có một sự thu hút về thánh linh lớn lao hơn. Do đó, đó là cần thiết để chúng tôi giải thích thêm về chủ đề này. Chúng tôi tiên phong một thánh linh mà được dạy trong Cộng Đồng Vĩ Đại, không phải thánh linh mà bị cai quản bởi các quốc gia, các chính phủ hay các đồng minh chính trị, nhưng là một thánh linh tự nhiên - khả năng để biết, để thấy và để làm. Và nhưng điều này không được nhấn mạnh bởi những vị khách của bạn. Họ tìm cách để khiến con người tin rằng những vị khách là gia đình của họ, rằng những vị khách là nhà của họ, rằng những vị khách là anh chị em của họ, cha mẹ của họ. Nhiều người muốn tin, và do đó họ tin. Con người muốn trao đi quyền lực cá nhân của họ, và do đó nó được trao đi. Con người muốn thấy bạn bè và sự cứu rỗi trong những vị khách, và do đó đây là điều được chỉ.

Nó đòi hỏi sự điềm tĩnh và sự khách quan to lớn để nhìn xuyên qua những lừa dối và những khó khăn này. Đó là cần thiết cho con người để làm điều này nếu nhân loại có thể trỗi dậy một cách thành công vào trong Cộng Đồng Vĩ Đại và giữ gìn tự do của nó và quyền tự quyết của nó trong một môi trường với những sức ảnh hưởng to lớn hơn và những thế lực to lớn hơn. Trong việc này, thế giới của bạn có thể bị chiếm đoạt không với một tiếng súng, bởi vì bạo lực được xem là nguyên thuỷ và thô sơ và hiếm khi được dùng trong những vấn đề như thế này.

Có lẽ bạn sẽ hỏi, "Điều này có nghĩa là có một cuộc xâm lược của thế giới chúng tôi?" Chúng tôi phải nói rằng câu trả lời cho điều này là "đúng," một cuộc xâm lược thuộc loại tinh tế nhất. Nếu bạn có thể suy ngẫm về những ý nghĩ này và xem xét chúng một cách nghiêm túc, bạn sẽ có thể thấy những việc này cho chính bạn. Bằng chứng của cuộc xâm lược là ở khắp nơi. Bạn có thể thấy như thế nào mà khả năng của con người bị bù đắp bởi khao khát cho hạnh phúc, hoà bình và sự an toàn, như thế nào mà tầm nhìn của con người và khả năng để biết bị cản trở bởi những sức ảnh hưởng ngay cả trong các nền văn hoá riêng của họ. Những sức ảnh hưởng này sẽ là to lớn hơn rất nhiều bên trong một môi trường Cộng Đồng Vĩ Đại.

Đây là thông điệp khó khăn mà chúng tôi phải trình bày. Đây là thông điệp mà phải được nói, sự thật mà phải được nói ra, sự thật mà là sống còn và không thể đợi. Đó là cần thiết cho con người ngay lúc này để học về một Tri Thức vĩ đại hơn, một Sự Khôn Ngoan vĩ đại hơn và một Thánh Linh vĩ đại hơn để mà họ có thể tìm thấy những khả năng thật của họ và có thể dùng chúng một cách hiệu quả.

Sự tự do của bạn đang bị đe doạ ngay lúc này. Tương lai của thế giới bạn đang bị đe doạ ngay lúc này. Đó là vì điều này mà chúng tôi đã được cử đến đây để nói thay cho Những Đồng Minh của Nhân Loại. Có những loài trong vũ trụ đang giữ Tri Thức và Sự Khôn Ngoan tồn tại và đang thực hành một Thánh Linh của Cộng

Đồng Vĩ Đại. Họ không du hành xung quanh, phủ sức ảnh hưởng lên những thế giới khác. Họ không bắt người trái với ý muốn của họ. Họ không lấy trộm thú vật của bạn và cây cối của bạn. Họ không phủ sức ảnh hưởng lên các chính phủ của bạn. Họ không tìm cách để giao phối với nhân loại để tạo ra một lãnh đạo mới ở đây. Những đồng minh của bạn không tìm cách để can thiệp vào những vấn đề của loài người. Họ không tìm cách để điều khiển số mệnh của con người. Họ nhìn từ xa và họ cử đến những sứ giả như chúng tôi, với sự hiểm nguy lớn lao cho chúng tôi, để gửi đến cố vấn và sự động viên và để làm rõ những điều khi cần thiết. Chúng tôi, do đó, đến trong hoà bình với một thông điệp rất quan trọng.

Bây giờ chúng tôi phải nói về phạm vi thứ tư mà những vị khách của bạn tìm cách để thiết lập bản thân, và đó là thông qua sự lai giống. Họ không thể sống trong môi trường của bạn. Họ cần sức chịu đựng về thể lực của bạn. Họ cần sự gắn kết tự nhiên của bạn với thế giới. Họ cần những khả năng sinh sản của bạn. Họ muốn kết hợp với bạn bởi vì họ biết điều này tạo lòng trung thành. Điều này, theo một cách nào đó, thiết lập sự hiện diện của họ ở đây bởi vì những con cháu của một chương trình như vậy sẽ có mối quan hệ dòng dõi trong thế giới và nhưng sẽ có lòng trung thành với những vị khách. Có lẽ điều này có vẻ đáng kinh ngạc, nhưng nó là rất thật.

Những vị khách không đang ở đây để lấy những khả năng sinh sản của bạn từ bạn. Họ đang ở đây để thiết lập bản thân. Họ muốn nhân loại tin vào họ và phục vụ họ. Họ muốn nhân loại làm việc cho họ. Họ sẽ hứa hẹn bất cứ điều gì, đề nghị bất cứ điều gì và làm bất cứ gì để đạt được mục tiêu này. Nhưng mặc dù sức thuyết phục của họ là to lớn, số lượng của họ thì nhỏ Nhưng sức ảnh hưởng của họ đang lớn lên và chương trình lai giống của họ, điều mà đã diễn ra trong vài thế hệ, cuối cùng sẽ hiệu quả. Sẽ có những con người với sự thông minh to lớn hơn nhưng không đại diện cho gia đình loài người. Những điều như vậy là có thể và đã xảy ra vô số lần trong Cộng Đồng Vĩ Đại. Bạn chỉ phải nhìn vào lịch sử của chính bạn để thấy tác động của những nền văn minh và những chủng loài với nhau và thấy những tương tác này có thể thống trị và ảnh hưởng như thế nào.

Do đó, chúng tôi mang theo thông tin quan trọng, thông tin nghiêm trọng. Nhưng bạn phải có can đảm, bởi vì đây không phải là lúc để mâu thuẫn. Đây không phải là lúc để tìm lối thoát. Đây không phải là lúc để lo cho hạnh phúc riêng của bạn. Đây là lúc để đóng góp cho thế giới, để củng cố gia đình loài người và để gọi ra những khả năng tự nhiên tồn tại trong con người - khả năng thấy, biết và làm trong hài hoà với nhau. Những khả năng này có thể bù đắp lại sức ảnh hưởng đang được phủ lên nhân loại ngay lúc này, nhưng những khả năng này phải phát triển và được chia sẻ. Đây là điều cực kỳ quan trọng.

Đây là lời cố vấn của chúng tôi. Nó đến với những ý định tốt. Vui mừng là bạn có những đồng minh trong Cộng Đồng Vĩ Đại, bởi vì bạn sẽ cần những đồng minh.

Bạn đang tiến vào một vũ trụ vĩ đại hơn, đầy với những thế lực và những sức ảnh hưởng mà bạn chưa học cách chống lại. Bạn đang tiến vào một tầm rộng vĩ đại hơn của sự sống. Và bạn phải chuẩn bị cho điều này. Lời nói của chúng tôi chỉ là một phần của việc chuẩn bị. Một sự chuẩn bị đang được gửi đến thế giới ngay lúc này. Nó không đến từ chúng tôi. Nó đến từ Đấng Tạo Hoá của mọi sự sống. Nó đến vào đúng thời điểm. Bởi vì đây là thời điểm cho nhân loại để trở nên mạnh mẽ và thông thái. Bạn có khả năng làm điều này. Và những sự kiện và hoàn cảnh của cuộc sống của bạn tạo nên một nhu cầu lớn lao cho điều này.

Thử Thách cho Tự Do của Loài Người

N hân loại đang tiến đến một thời điểm rất nguy hiểm và rất quan trọng trong sự phát triển chung của nó. Bạn đang ở sát gần sự trỗi vào một Cộng Đồng Vĩ Đại của sự sống thông minh. Bạn sẽ chạm trán với những chủng loài khác loài mà đang đến thế giới của bạn tìm cách để bảo vệ những quyền lợi của họ và để khám phá những cơ hội nào sắp đến. Họ không phải là thiên thần hay giống thiên thần. Họ không phải là những thực thể thánh linh. Họ là những loài đang đến thế giới của bạn cho những nguồn tài nguyên, cho những liên minh và để giành lấy lợi thế trong một thế giới đang trỗi dậy. Họ không phải là xấu xa. Họ không phải là linh thiêng. Thật ra, họ cũng rất giống bạn. Họ chỉ đơn giản bị thúc đẩy bởi những nhu cầu của họ, những mối liên kết của họ, những niềm tin của họ và những mục tiêu chung của họ.

Đây là một thời điểm vĩ đại cho nhân loại, nhưng nhân loại thì chưa chuẩn bị. Từ điểm quan sát của chúng tôi, chúng tôi có thể thấy điều này trên một quy mô to lớn hơn. Bản thân chúng tôi không dính dáng vào cuộc sống hằng ngày của các cá nhân trên thế giới. Chúng tôi không cố gắng để thuyết phục các chính quyền hay để khẳng định sở hữu vài phần của thế giới hay vài nguồn tài nguyên tồn tại ở đó. Thay vào đó, chúng tôi quan sát, và chúng tôi mong muốn báo cáo điều chúng tôi quan sát được, bởi vì đó là sứ mệnh của chúng tôi khi ở đây.

Những Người Vô Hình đã nói cho chúng tôi rằng có nhiều người hôm nay cảm nhận một sự bất an kỳ lạ, một cảm nhận về sự khẩn cấp mơ hồ, một cảm giác rằng có chuyện sắp xảy ra và rằng điều gì đó phải được làm. Có lẽ không có gì trong phạm vi trải nghiệm hằng ngày của họ bào chữa cho những cảm giác sâu thẳm này, xác nhận sự quan trọng của những cảm giác này, hay minh chứng cho biểu hiện của chúng. Chúng tôi có thể hiểu điều này bởi vì bản thân chúng tôi đã từng trải qua những điều giống vậy trong những lịch sử của chúng tôi. Chúng tôi đại diện cho một vài chủng loài liên kết với nhau trong liên minh nhỏ của chúng tôi để ủng hộ sự trỗi lên của Tri Thức và sự Khôn Ngoan trong vũ trụ, đặc biệt với những chủng loài đang ở ngưỡng cửa của sự trỗi vào Cộng Đồng Vĩ Đại. Những chủng loài đang trỗi dậy này là đặc biệt dễ bị tác động bởi sự ảnh hưởng và sự thao túng từ bên ngoài. Họ đặc biệt dễ hiểu lầm tình cảnh của họ và điều đó cũng dễ hiểu, bởi vì làm sao họ có thể nhận biết được ý nghĩa và sự phức tạp của sự sống trong Cộng Đồng Vĩ Đại? Đó là tại sao chúng tôi mong muốn để đóng vai trò nhỏ của chúng tôi trong việc chuẩn bị và giáo dục nhân loại.

Trong bài đàm luận đầu tiên của chúng tôi, chúng tôi đã mô tả chung về sự dính dáng của những vị khách trong bốn phạm vi. Phạm vi đầu tiên là sự ảnh hưởng lên những người quan trọng ở các vị trí quyền lực trong chính quyền và các vị trí lãnh đạo của những tổ chức tôn giáo. Phạm vi ảnh hưởng thứ hai là lên những người có khuynh hướng tâm linh và những người mong muốn cởi mở bản thân cho những quyền lực vĩ đại hơn tồn tại trong

vũ trụ. Phạm vi thứ ba của sự dính líu là sự xây dựng cơ sở của
những vị khách trên thế giới ở những vị trí chiến lược, gần những
trung tâm dân cư, nơi mà sức ảnh hưởng của họ lên Môi Trường
Tinh Thần có thể được thi hành. Và cuối cùng, chúng tôi đã nói về
chương trình lai giống với loài người của họ, một chương trình đã
diễn ra trong một khoảng thời gian khá dài.

Chúng tôi hiểu thông tin này có thể gây lo lắng như thế nào
và nó có thể gây thất vọng như thế nào cho nhiều người đã có
niềm hi vọng và sự mong chờ lớn lao rằng những vị khách đến từ
bên ngoài sẽ đem đến những ơn lành và lợi ích lớn lao cho nhân
loại. Đó có lẽ là tự nhiên để giả định và để mong chờ những điều
này, nhưng Cộng Đồng Vĩ Đại mà nhân loại đang trổi vào là một
môi trường khó khăn và cạnh tranh, đặc biệt trong những khu
vực trong vũ trụ nơi mà nhiều chủng loài khác nhau cạnh tranh
với nhau và tương tác cho giao dịch và thương mại. Thế giới của
bạn tồn tại trong một khu vực như vậy. Điều này có vẻ đáng kinh
ngạc đối với bạn bởi vì nó luôn có vẻ như bạn sống trong cô lập,
một mình trong khoảng không bao la trống rỗng. Nhưng thật ra
bạn sống trong một phần được cư trú của vũ trụ nơi mà giao dịch
và thương mại đã được thiết lập và nơi mà những truyền thống,
những tương tác và những mối liên kết đều là lâu đời. Và là lợi ích
của bạn, bạn sống trong một thế giới xinh đẹp - một thế giới với
sự đa dạng sinh học to lớn, một nơi tuyệt vời đối lập với sự hoang
vu của rất nhiều thế giới khác.

Tuy nhiên, điều này cũng đưa cho tình hình của bạn sự khẩn
cấp lớn lao và đặt ra một rủi ro thật sự, bởi vì bạn sở hữu thứ mà
nhiều loài khác muốn cho bản thân. Họ không tìm cách để tiêu
diệt bạn nhưng để đạt được lòng trung thành của bạn và liên minh
của bạn để mà sự tồn tại của bạn trên thế giới và những hoạt động
của bạn ở đây có thể là cho lợi ích của họ. Bạn đang trổi vào một
nhóm những hoàn cảnh chín chắn và phức tạp. Ở đây bạn không

thể như những đứa trẻ nhỏ và tin và hi vọng cho những ơn lành từ tất cả những ai bạn tiếp xúc. Bạn phải trở nên thông thái và biết phân biệt, như chúng tôi, thông qua những lịch sử khó khăn của chúng tôi, đã phải trở nên thông thái và biết phân biệt. Bây giờ nhân loại sẽ phải học về những cách thức của Cộng Đồng Vĩ Đại, về những sự phức tạp của tương tác giữa các chủng loài, về sự phức tạp của giao dịch và về những sự thao túng tinh tế của các tổ chức và những liên minh được thiết lập giữa các thế giới. Nó là một thời điểm khó khăn nhưng quan trọng cho nhân loại, một thời điểm của hứa hẹn lớn lao nếu sự chuẩn bị chân chính có thể được thi hành.

Ở đây, bài đàm luận thứ hai của chúng tôi, chúng tôi muốn nói chi tiết hơn về sự can thiệp vào vấn đề loài người bởi nhiều nhóm khách khác nhau, điều này có thể có nghĩa gì cho bạn và điều này sẽ đòi hỏi gì. Chúng tôi đến không phải để kích động sự sợ hãi nhưng để thúc giục một cảm nhận về trách nhiệm, để đem lại một nhận thức lớn lao hơn và để khuyến khích sự chuẩn bị cho cuộc sống bạn đang tiến vào, một cuộc sống vĩ đại hơn nhưng cũng là một cuộc sống với những vấn đề và những thử thách to lớn hơn.

Chúng tôi đã được cử tới đây thông qua quyền lực và sự hiện diện của Những Người Vô Hình. Có thể bạn sẽ nghĩ về họ một cách thân thiện như là những thiên thần, nhưng trong Cộng Đồng Vĩ Đại vai trò của họ là vĩ đại hơn và sự tham gia của họ và những đồng minh của họ thì sâu thẳm và xuyên thấu. Quyền lực thánh linh của họ là ở đây để chúc phúc cho các chúng sinh trên mọi thế giới và ở mọi nơi và để khuyến khích sự phát triển của Tri Thức và sự Khôn Ngoan sâu thẳm hơn mà sẽ khiến cho sự trỗi dậy bình an của những mối liên hệ là có thể, giữa các thế giới và bên trong các thế giới. Chúng tôi thay mặt cho họ ở đây. Họ đã hỏi chúng tôi để đến đây. Và họ đã trao cho chúng tôi hầu hết những thông tin chúng tôi có, thông tin mà bản thân chúng tôi không thể thu thập được. Từ họ chúng tôi đã học được nhiều về bản chất của bạn. Chúng tôi đã học được nhiều về những khả năng của bạn, những điểm mạnh của bạn, những điểm yếu của bạn và điểm dễ bị ảnh hưởng to lớn của bạn. Chúng tôi có thể hiểu biết những điều này bởi vì những thế giới mà chúng tôi đến từ đã trải qua ngưỡng cửa to lớn này của sự trỗi vào trong Cộng Đồng Vĩ Đại. Chúng tôi đã học được nhiều, và chúng tôi đã chịu khổ nhiều từ những lỗi lầm của bản thân, những lỗi lầm mà chúng tôi hi vọng nhân loại sẽ tránh khỏi.

Do đó chúng tôi đến đây không chỉ với kinh nghiệm riêng của chúng tôi, nhưng với một nhận thức sâu sắc hơn và một cảm nhận sâu sắc hơn về mục đích mà đã được trao cho chúng tôi bởi Những Người Vô Hình. Chúng tôi quan sát thế giới của bạn từ một địa điểm gần đó, và chúng tôi giám sát những liên lạc của những loài đang thăm bạn. Chúng tôi biết họ là ai. Chúng tôi biết họ từ đâu đến và tại sao họ ở đây. Chúng tôi không cạnh tranh với họ, bởi vì chúng tôi không phải ở đây để bóc lột thế giới. Chúng tôi xem bản thân là Những Đồng Minh của Nhân Loại, và chúng tôi hi vọng trong tương lai bạn sẽ nhìn nhận chúng tôi như vậy, bởi vì chúng tôi là như vậy. Và mặc dù chúng tôi không thể chứng minh điều này, chúng tôi hi vọng biểu hiện điều này thông qua lời nói của chúng tôi và thông qua sự khôn ngoan của cố vấn của chúng tôi. Chúng tôi hi vọng chuẩn bị bạn cho điều sắp đến. Chúng tôi đến trong sứ mệnh của chúng tôi với sự khẩn cấp, bởi vì nhân loại rất chậm trễ trong sự chuẩn bị cho Cộng Đồng Vĩ Đại. Nhiều nỗ lực trước đây nhiều thập kỷ trước để liên lạc với loài người và để chuẩn bị loài người cho tương lai của họ đã thất bại. Chỉ một vài người có thể được chạm đến, và như chúng tôi đã được kể, nhiều những sự liên lạc này đã bị hiểu sai và đã bị dùng bởi người khác cho những mục đích khác nhau.

Do đó, chúng tôi đã được cử đến thay cho những người đã đến trước chúng tôi để trao sự giúp đỡ cho nhân loại. Chúng tôi làm việc với nhau trong chính nghĩa chung của chúng tôi. Chúng tôi không đại diện cho một quyền lực quân sự to lớn nhưng là một liên minh bí mật và linh thiêng. Chúng tôi không muốn thấy những vấn đề như điều tồn tại trong Cộng Đồng Vĩ Đại bị phạm phải ở đây trong thế giới của bạn. Chúng tôi không muốn thấy nhân loại đánh mất tự do của nó và quyền tự quyết của nó. Đây là những rủi ro có thật. Bởi vì điều này, chúng tôi khuyến khích bạn xem xét lời nói của chúng tôi một cách sâu sắc, không với sự sợ hãi, nếu đó là có thể, và với một lòng tin chắc và lòng quyết tâm mà chúng tôi biết đang nằm trong trái tim của mỗi con người.

Hôm nay và ngày mai và ngày sau đó, hoạt động to lớn đang diễn ra và sẽ được diễn ra để thiết lập một mạng lưới ảnh hưởng lên loài người bởi những loài đang viếng thăm thế giới cho những mục đích riêng của họ. Họ cảm thấy rằng họ đang đến đây để cứu thế giới khỏi nhân loại. Một vài loài còn tin rằng họ đang ở đây để cứu nhân loại khỏi chính nó. Họ cảm thấy rằng họ đúng và không xem xét rằng những hành động của họ là không đúng hay phi đạo đức. Theo đạo lý của họ, họ đang làm điều được xem là hợp lý và quan trọng. Tuy nhiên, đối với tất cả những loài yêu tự do, một cách thức như vậy là không thể biện hộ được.

Chúng tôi quan sát những hoạt động của những vị khách, điều mà đang gia tăng. Mỗi năm, số lượng của họ ở đây nhiều hơn. Họ đến từ xa. Họ đang mang theo nguồn cung cấp. Họ đang tăng thêm sự liên kết và sự tham gia của họ. Họ đang thiết lập những trạm liên lạc ở nhiều nơi trong hệ mặt trời của bạn. Họ đang quan sát tất cả những hành trình thám hiểm vào không gian đầu tiên của bạn, và họ sẽ phản lại và phá huỷ bất cứ điều gì họ cảm thấy sẽ cản trở hoạt động của họ. Họ đang tìm cách thiết lập sự điều khiển không chỉ với thế giới của bạn nhưng với khu vực xung quanh thế giới của bạn. Đây là bởi vì có những thế lực cạnh tranh ở đây. Mỗi thế lực đại diện cho liên minh của một vài chủng loài.

Bây giờ hãy để chúng tôi nói về phạm vi cuối trong bốn phạm vi mà chúng tôi đã nói trong bài đàm luận đầu tiên của chúng tôi. Điều này là về những vị khách lai giống với loài người. Hãy để chúng tôi đưa cho bạn một ít lịch sử trước đã. Cách đây nhiều ngàn năm trước, theo thời gian của bạn, nhiều chủng loài đã đến để lai giống với loài người để trao cho nhân loại một trí thông minh và khả năng thích nghi lớn hơn. Điều này đã dẫn đến sự trỗi lên khá đột ngột của điều chúng tôi hiểu được gọi là "Người Đương Thời." Điều này đã trao cho bạn sự thống trị và quyền lực trong thế giới của bạn. Điều này đã xảy ra lâu rồi.

Tuy nhiên, chương trình lai giống đang xảy ra ngay lúc này hoàn toàn không giống vậy. Nó đang được tiến hành bởi một nhóm loài khác và bởi những liên minh khác. Thông qua lai giống, họ tìm cách để thiết lập một loài người mà sẽ là một phần của tổ chức của họ nhưng người có thể sống trong thế giới của bạn và có thể có một sự gắn bó tự nhiên với thế giới. Những vị khách của bạn không thể sống trên bề mặt của thế giới của bạn. Họ phải hoặc là tìm chỗ trú ẩn dưới lòng đất, điều mà họ đang làm, hoặc là họ phải sống trong tàu của họ, thứ họ thường phải giấu trong những vùng nước nhiều. Họ muốn lai giống với loài người để bảo vệ những quyền lợi của họ ở đây, thứ phần lớn là những nguồn tài nguyên của thế giới của bạn. Họ muốn có lòng trung thành của con người được đảm bảo, và do đó trong vài thế hệ họ đã tham gia vào một chương trình lai giống, điều mà trong hai mươi năm cuối đã trở nên khá sâu rộng.

Mục đích của họ là có hai mặt. Đầu tiên, như chúng tôi đã nhắc đến, những vị khách muốn tạo ra một loài giống con người mà có thể sống trong thế giới của bạn nhưng sẽ gắn kết với họ và sẽ có những độ nhạy và những khả năng to lớn hơn. Mục đích thứ hai của chương trình này là để ảnh hưởng tất cả những người họ chạm trán và để khuyến khích con người giúp đỡ họ trong công việc của họ. Những vị khách muốn và cần sự trợ giúp của con người. Điều này tiến đẩy chương trình của họ trên mọi mặt. Họ xem bạn là có giá trị. Tuy nhiên, họ không xem bạn là ngang hàng với họ hay là bằng họ. Có ích, đó là cách bạn được nhìn nhận. Do đó, với mọi người họ sẽ chạm trán, với mọi người họ sẽ bắt, những vị khách sẽ tìm cách để đem lại cảm nhận về sự ưu việt của họ, giá trị của họ và sự xứng đáng và tầm quan trọng của những nỗ lực của họ trong thế giới. Những vị khách sẽ nói cho tất cả những người họ liên lạc rằng họ đang ở đây cho sự tốt đẹp, và họ sẽ đảm bảo những người họ đã bắt rằng họ không cần phải sợ hãi. Và với những người có vẻ dễ lãnh nhận, họ sẽ cố gắng thiết lập những liên minh - một cảm nhận chung về mục đích, ngay cả một cảm nhận chung về danh tính và gia đình, về di sản và định mệnh.

Trong chương trình của họ, những vị khách đã nghiên cứu sinh lý học và tâm lý học của con người một cách rất sâu rộng, và họ sẽ lợi dụng điều con người muốn, đặc biệt những điều mà con người muốn nhưng chưa thể đạt được cho bản thân, như là bình an và trật tự, sắc đẹp và sự thanh thản. Những điều này sẽ được đưa mời và một số người sẽ tin. Những người khác sẽ đơn giản được dùng khi cần.

Ở đây đó là cần thiết để hiểu rằng những vị khách tin rằng điều này là hoàn toàn chính đáng để bảo tồn thế giới. Họ cảm thấy rằng họ đang làm cho nhân loại một giúp đỡ lớn lao, và do đó họ hết lòng trong sự thuyết phục của họ. Thật không may mắn, điều này thể hiện một chân lý lớn lao về Cộng Đồng Vĩ Đại - rằng sự Khôn Ngoan thật và Tri Thức thật là cũng hiếm trong vũ trụ như chúng phải có vẻ như vậy trong thế giới của bạn. Đó là tự nhiên cho bạn để hi vọng và để mong đợi những chủng loài khác đã phát triển ra khỏi tính không ngay thẳng, những theo đuổi ích kỷ, sự cạnh tranh và mâu thuẫn. Nhưng, cuối cùng là, nó không phải vậy. Công nghệ cao hơn không nâng cao sức mạnh tinh thần và thánh linh của các cá nhân.

Hôm nay có nhiều người đang bị bắt ngoài ý muốn của họ liên tục. Bởi vì nhân loại là rất mê tín dị đoan và tìm cách phủ nhận những điều nó không thể hiểu, hoạt động đáng tiếc này đang diễn ra khá thành công. Ngay cả bây giờ, có những cá nhân lai, một phần con người, một phần người ngoài hành tinh, đang đi lại trong thế giới của bạn. Không có nhiều họ, nhưng số lượng của họ sẽ tăng lên trong tương lai. Có lẽ bạn sẽ gặp một người ngày nào đó. Họ sẽ nhìn giống bạn nhưng sẽ khác. Bạn sẽ nghĩ họ là con người, nhưng điều thiết yếu nào đó sẽ có vẻ như thiếu trong họ, điều mà được coi trọng trong thế giới của bạn. Đó là có thể để phân biệt và để nhận diện những cá nhân này, nhưng để làm như vậy, bạn sẽ phải trở nên thành thạo trong Môi Trường Tinh Thần và học Tri Thức và sự Khôn Ngoan có nghĩa gì trong Cộng Đồng Vĩ Đại.

Chúng tôi cảm thấy rằng học về điều này là việc quan trọng nhất, bởi vì chúng tôi thấy tất cả đang xảy ra từ điểm quan sát của chúng tôi, và Những Người Vô Hình cố vấn chúng tôi về những điều chúng tôi không thể thấy hay tiếp cận được. Chúng tôi hiểu những sự kiện này, bởi vì chúng đã xảy ra vô số lần trong Cộng Đồng Vĩ Đại, khi sự ảnh hưởng và sự thuyết phục được phủ lên những chủng loài yếu ớt hoặc là quá dễ bị ảnh hưởng để đáp lại một cách có hiệu quả.

Chúng tôi hi vọng và chúng tôi tin rằng không ai trong các bạn người có thể nghe thông điệp này sẽ nghĩ rằng những sự xâm nhập vào cuộc sống con người này là có ích. Những người đang bị tác động sẽ bị ảnh hưởng để nghĩ rằng những sự tiếp xúc này là có ích, cho họ và cho thế giới. Những khát vọng tâm linh của con người, niềm khao khát của họ cho hoà bình và sự thuận hoà, gia đình và sự bao gồm tất cả sẽ được nói đến bởi những vị khách. Những điều này tượng trưng cho điều rất đặc biệt về gia đình loài người mà khi không có sự Khôn Ngoan và sự chuẩn bị, là một dấu hiệu cho sự dễ bị ảnh hưởng to lớn của bạn. Chỉ những cá nhân mạnh mẽ với Tri Thức và sự Khôn Ngoan mới có thể thấy sự lừa dối phía sau những lời thuyết phục này. Chỉ có họ mới ở vị trí để thấy sự lừa dối đang bị tiến hành lên gia đình loài người. Chỉ có họ có thể bảo vệ tâm trí của họ khỏi sự ảnh hưởng đang bị phủ lên trong Môi Trường Tinh Thần ở rất nhiều nơi trên thế giới ngày hôm nay. Chỉ có họ sẽ thấy và biết.

Lời nói của chúng tôi sẽ là không đủ. Những người nam và nữ phải học để thấy và để biết. Chúng tôi chỉ có thể khuyến khích điều này. Sự có mặt của chúng tôi ở thế giới của bạn đã diễn ra đúng theo sự trình bày của giáo huấn trong Thánh Linh của Cộng Đồng Vĩ Đại, bởi vì sự chuẩn bị đang ở đây ngay lúc này và đó là tại sao chúng tôi có thể là một nguồn khích lệ. Nếu sự chuẩn bị không đang ở đây, chúng tôi sẽ biết rằng những lời khuyên của chúng tôi và sự khích lệ của chúng tôi sẽ là không đủ và sẽ không thành công. Đấng Tạo Hoá và Những Người Vô Hình muốn chuẩn bị nhân loại cho Cộng Đồng Vĩ Đại. Đúng là, đây là nhu cầu quan trọng nhất cho nhân loại ngay lúc này.

Do đó, chúng tôi khuyến khích bạn không tin rằng sự bắt cóc con người và con cái của họ và gia đình của họ có bất kỳ lợi ích nào cho nhân loại. Chúng tôi phải nhấn mạnh điều này. Tự do của bạn là quý giá. Tự do cá nhân và tự do của bạn như một chủng loài là quý giá. Nó đã tốn rất lâu cho chúng tôi để giành lại tự do của chúng tôi. Chúng tôi không muốn thấy bạn đánh mất tự do của bạn.

Chương trình lai giống đang xảy ra trên thế giới sẽ tiếp tục. Cách duy nhất mà nó có thể được ngừng lại là khi con người đạt được nhận thức lớn lao hơn này và cảm nhận về quyền lực bên trong. Chỉ có điều này sẽ khiến những sự xâm nhập này chấm dứt. Chỉ có điều này sẽ tiết lộ sự lừa dối phía sau chúng. Nó là khó khăn khi chúng tôi tưởng tượng điều này phải là kinh khủng như thế nào cho những người của bạn, cho những người nam và nữ đó, cho những đứa bé đó, những người đang chịu sự đối đãi này, sự cải tạo này, sự bình định hoá này. Đối với những giá trị của chúng tôi, điều này có vẻ ghê tởm, nhưng chúng tôi biết rằng những điều này xảy ra trong Cộng Đồng Vĩ Đại và đã xảy ra rất lâu rồi.

Có lẽ lời nói của chúng tôi sẽ tạo ra nhiều câu hỏi hơn. Điều này là tốt và điều này là tự nhiên, nhưng chúng tôi không thể trả lời tất cả những câu hỏi của bạn. Bạn phải tìm cách để đạt được câu trả lời cho bản thân. Nhưng bạn không thể làm điều này không với một sự chuẩn bị, và bạn không thể làm điều này không với một phương hướng. Ở thời điểm này, nhân loại như một tập thể, chúng tôi hiểu được, không thể phân biệt giữa một sự thể hiện của Cộng Đồng Vĩ Đại và một hiển thị thánh linh. Đây thật sự là một hoàn cảnh khó khăn bởi vì những vị khách của bạn có thể phóng hình ảnh, họ có thể nói với con người thông qua Môi Trường Tinh Thần và tiếng nói của họ có thể được nhận lấy và biểu hiện thông qua con người. Họ có thể phủ sự ảnh hưởng như vậy bởi vì nhân loại chưa có kỹ năng hay sự phân biệt như vậy.

Nhân loại chưa thống nhất. Nó đang bị chia đứt. Nó đang tranh đấu với nhau. Điều này khiến bạn cực kỳ dễ bị ảnh hưởng bởi sự can thiệp và thao túng từ bên ngoài. Nó được hiểu bởi những vị khách của bạn rằng những khát khao và những khuynh hướng thánh linh của bạn khiến bạn đặc biệt dễ bị ảnh hưởng và đặc biệt là đối tượng tốt để họ dùng. Thật khó để đạt được sự khách quan thật sự về những điều này. Ngay cả nơi chúng tôi đến từ, nó đã là một thử thách lớn lao. Nhưng cho những ai mong muốn để giữ tự do và để thực hành quyền tự quyết trong Cộng Đồng Vĩ Đại, họ phải phát triển những kỹ năng này, và họ phải bảo tồn những nguồn tài nguyên của riêng họ để tránh việc phải tìm kiếm chúng từ người khác. Nếu thế giới của bạn đánh mất khả năng tự cung cấp của nó, nó sẽ đánh mất hầu hết tự do của nó. Nếu bạn phải đi ra ngoài thế giới để tìm kiếm những nguồn tài nguyên bạn cần để tồn tại, thì bạn sẽ mất hầu hết quyền lực của bạn vào tay người khác. Bởi vì những nguồn tài nguyên của bạn đang suy giảm một cách nhanh chóng, đây là một nỗi lo trầm trọng cho chúng tôi những người đang nhìn từ xa. Nó cũng là nỗi lo cho những vị khách của bạn, bởi vì họ muốn ngăn chặn sự phá huỷ môi trường của bạn, không phải để cho bạn nhưng để cho họ.

Chương trình lai giống chỉ có một mục đích duy nhất, và đó là để những vị khách thiết lập sự hiện diện và sự điều khiển trong thế giới. Đừng nghĩ rằng những vị khách đang thiếu điều mà họ cần từ bạn ngoài những nguồn tài nguyên của bạn. Đừng nghĩ rằng họ cần nhân tính của bạn. Họ chỉ muốn nhân tính của bạn để đảm bảo bản thân về vị trí của họ trong thế giới. Đừng bị tâng bốc. Đừng nuông chiều bản thân trong những suy nghĩ như vậy. Chúng là không có cơ sở. Nếu bạn có thể học để nhìn thấy tình hình một cách rõ ràng như nó thật sự là vậy, bạn sẽ thấy và bạn sẽ biết những điều này cho bản thân. Bạn sẽ hiểu tại sao chúng tôi đang ở đây và tại sao nhân loại cần những đồng minh trong Cộng Đồng Vĩ Đại của sự sống thông minh. Và bạn sẽ thấy tầm quan trọng của việc học về Tri Thức vĩ đại và sự Khôn Ngoan và về việc học Thánh Linh của Cộng Đồng Vĩ Đại.

Bởi vì bạn đang trổi vào một môi trường nơi mà những điều như vậy trở nên thiết yếu cho sự thành công, cho tự do, cho sự hạnh phúc và cho sức mạnh, bạn sẽ cần Tri Thức và sự Khôn Ngoan lớn lao hơn để thiết lập bản thân như là một chủng loài độc lập trong Cộng Đồng Vĩ Đại. Tuy nhiên, sự độc lập của bạn đang bị đánh mất với từng ngày trôi qua. Và bạn có thể không nhìn thấy sự đánh mất tự do của bạn, mặc dù có lẽ bạn có thể cảm nhận nó cách nào đó. Làm sao bạn có thể nhìn thấy điều đó? Bạn không thể đi ra ngoài thế giới của bạn và chứng kiến những sự kiện xung quanh nó. Bạn không có sự tiếp cận với những sự tham gia về chính trị và thương mại của những thế lực ngoài hành tinh đang hoạt động trong thế giới hôm nay để hiểu về sự phức tạp của họ, đạo lý của họ hay những giá trị của họ.

Đừng bao giờ nghĩ rằng bất kỳ chủng loài nào trong vũ trụ mà du hành cho thương mại là tiến bộ về thánh linh. Những loài tìm kiếm thương mại tìm kiếm lợi thế. Những loài du hành giữa các thế giới, những loài là nhà thăm dò tài nguyên, những loài tìm cách để đặt lá cờ tổ quốc của họ không phải là loài mà bạn sẽ xem là tiến bộ về thánh linh. Chúng tôi không xem họ là tiến bộ về thánh linh. Có quyền lực thế giới, và có quyền lực thánh linh. Bạn có thể hiểu sự khác biệt giữa những điều này, và bây giờ đó là cần thiết để thấy sự khác biệt này trong một môi trường lớn hơn.

Chúng tôi đến, như vậy, với một cảm nhận về sự cam kết và sự khích lệ mạnh mẽ cho bạn để giữ gìn tự do của bạn, để trở thành mạnh mẽ và có thể phân biệt rõ và không rơi vào sự thuyết phục hay những lời hứa hẹn cho hoà bình, quyền lực và sự bao gồm từ những loài bạn không biết. Và đừng để bản thân bị an ủi vào suy nghĩ rằng mọi việc rồi sẽ ổn cho nhân loại hay ngay cả cho bản thân bạn, bởi vì đây không phải là sự Khôn Ngoan. Bởi vì những Người Thông Thái ở bất cứ nơi nào phải học để nhìn thấy thực tế của cuộc sống xung quanh họ và học để vượt qua cuộc sống này trong một cách có ích.

Do đó, đón nhận sự khích lệ của chúng tôi. Chúng tôi sẽ nói một lần nữa về những vấn đề này và làm rõ sự quan trọng của việc đạt được sự phân biệt rõ và sự thận trọng. Và chúng tôi sẽ nói thêm về sự tham gia của những vị khách của bạn trong thế giới ở những phạm vi mà sẽ là rất quan trọng để bạn hiểu được. Chúng tôi hi vọng rằng bạn có thể đón nhận điều chúng tôi nói.

Lời Cảnh Báo Lớn Lao

Chúng tôi đã nóng lòng để nói chuyện tiếp với bạn về những vấn đề của thế giới của bạn và để giúp bạn thấy được, nếu có thể, điều chúng tôi đang thấy từ điểm quan sát của chúng tôi. Chúng tôi biết rằng điều này là khó để nhận lãnh và sẽ tạo ra khá nhiều sự căng thẳng và lo âu, nhưng bạn phải được thông báo.

Tình hình lúc này là rất nghiêm trọng từ quan điểm của chúng tôi, và chúng tôi nghĩ nó sẽ là một sự bất hạnh rất lớn nếu loài người không được cung cấp thông tin một cách chính xác. Có quá nhiều sự dối trá trong thế giới bạn đang sống, và ở nhiều thế giới khác cũng vậy, rằng sự thật, mặc dù rõ ràng và hiển nhiên, thì không được nhận ra, và những dấu hiệu và thông điệp của nó thì không được phát hiện. Chúng tôi, do đó, hi vọng rằng sự hiện diện của chúng tôi có thể giúp làm sáng tỏ tình hình và giúp bạn và những người khác thấy điều gì thật sự ở đó. Chúng tôi không có thoả hiệp trong nhận thức của chúng tôi, bởi vì chúng tôi đã được cử đến để chứng kiến chính những điều mà chúng tôi đang mô tả.

Trong tương lai, hi vọng tự bạn sẽ có thể biết những điều này, nhưng bạn không có nhiều đó thời gian. Thời gian ngay lúc này là rất ít. Sự chuẩn bị của nhân loại cho sự xuất hiện của những thế lực từ Cộng Đồng Vĩ Đại là rất chậm trễ. Nhiều người quan trọng đã chưa đáp lại. Và sự xâm nhập vào thế giới đã tăng tốc ở tốc độ nhanh hơn nhiều so với điều trước đó được nghĩ là có thể.

Chúng tôi đến với rất ít thời gian để phí phạm, nhưng chúng tôi đến với lời động viên cho bạn để chia sẻ thông tin này. Như chúng tôi đã chỉ ra trong những thông điệp trước của chúng tôi, thế giới đang bị xâm nhập và môi trường tinh thần đang bị chỉnh đổi và bị chuẩn bị. Ý định không phải để xoá bỏ loài người nhưng để dùng họ, để khiến họ trở thành công nhân cho một "tập đoàn" vĩ đại hơn. Những tổ chức thế giới và chắc chắn là môi trường tự nhiên thì được coi trọng, và đó là ưu tiên của những vị khách là những thứ này được bảo tồn cho việc sử dụng của họ. Họ không thể sinh sống ở đây, và do đó để đạt được lòng trung thành của bạn, họ đang sử dụng nhiều kỹ xảo mà chúng tôi đã mô tả. Chúng tôi sẽ tiếp tục miêu tả để làm rõ những điều này.

Việc đến đây của chúng tôi đã bị cản trở bởi nhiều yếu tố, một yếu tố quan trọng trong số đó là sự thiếu sẵn sàng từ những người chúng tôi phải kết nối trực tiếp. Người phát ngôn của chúng tôi, tác giả của quyển sách này, là người duy nhất chúng tôi có thể thiết lập sự liên lạc chắc chắn, do đó chúng tôi phải đưa thông tin thiết yếu cho người phát ngôn của chúng tôi.

Từ quan điểm của những vị khách của bạn, như chúng tôi đã học được, nước Mỹ được nhìn nhận là nhà lãnh đạo của thế giới, và do đó nhiều nhất sự chú trọng sẽ được đặt ở đây. Nhưng những quốc gia chủ lực khác cũng sẽ được liên lạc, bởi vì chúng được hiểu là có quyền lực, và quyền lực thì hiểu được bởi những vị khách, bởi vì họ đi theo mệnh lệnh của quyền lực mà không suy nghĩ và ở một mức độ lớn hơn nhiều so với điều thấy rõ trong thế giới của bạn.

Những nỗ lực sẽ diễn ra để thuyết phục những nhà lãnh đạo của các quốc gia mạnh nhất để trở nên dễ tiếp thu với sự hiện diện của những vị khách và để nhận những món quà và những sự dụ dỗ hợp tác với lời hứa hẹn cho lợi ích đôi bên, và ngay cả lời hứa hẹn thống trị thế giới cho một vài người. Sẽ có những người trong hành lang quyền lực trong thế giới sẽ đáp lại những lời dụ dỗ này, bởi vì họ sẽ nghĩ rằng có một cơ hội to lớn ở đây để đưa nhân loại ra khỏi nguy cảnh chiến tranh hạt nhân và vào một cộng đồng mới trên trái đất, một cộng đồng mà họ sẽ dẫn dắt cho mục đích riêng của họ. Nhưng những nhà lãnh đạo này đang bị lừa, bởi vì họ sẽ không được trao cho chìa khoá cho nơi này. Họ sẽ chỉ đơn giản là người coi quản sự chuyển đổi quyền lực.

Điều này bạn phải hiểu. Nó không quá phức tạp. Từ quan điểm và chỗ quan sát của chúng tôi, nó là hiển nhiên. Chúng tôi đã thấy điều này xảy ra ở nơi khác. Đó là một trong những cách mà những tổ chức lâu đời của những chủng loài mà có tập đoàn riêng của họ chiêu dụ những thế giới đang trỗi lên như thế giới của bạn. Họ tin chắc rằng mục đích của họ là đạo đức và cho sự cải thiện thế giới của bạn, bởi vì nhân loại không được nhiều tôn trọng, và mặc dù bạn đạo đức trong vài cách, những nguy cơ của bạn lớn hơn nhiều so với tiềm năng của bạn, theo quan điểm của họ. Chúng tôi không mang cách nhìn này nếu không chúng tôi sẽ không ở vị trí hiện tại, và chúng tôi sẽ không trao sự giúp đỡ của chúng tôi cho bạn như là Những Đồng Minh của Nhân Loại.

Do đó, ngay lúc này có một khó khăn to lớn trong việc phân biệt rõ ràng, một thử thách to lớn. Thử thách là để cho nhân loại hiểu được những đồng minh của nó thật sự là ai và để có thể phân biệt họ khỏi những loài có thể là kẻ địch của nó. Không có nhóm trung lập trong việc này. Thế giới quá có giá trị, những tài nguyên của nó được nhận thấy là độc nhất và có nhiều giá trị. Không có nhóm trung lập đang tham gia vào những vấn đề của con người.

Bản chất thật của Sự Can Thiệp từ ngoài hành tinh là để đặt sự ảnh hưởng và điều khiển và cuối cùng là để thiết lập sự thống trị ở đây.

Chúng tôi không phải là những vị khách. Chúng tôi là những người quan sát. Chúng tôi không khẳng định bất kỳ quyền lợi nào với thế giới của bạn, và chúng tôi không có động cơ nào để thiết lập bản thân ở đây. Bởi vì lý do này, tên của chúng tôi được giấu, bởi vì chúng tôi không theo đuổi mối liên hệ với bạn ngoài khả năng của chúng tôi để cố vấn cho bạn theo cách này. Chúng tôi không thể điều khiển kết quả. Chúng tôi chỉ có thể khuyên nhủ bạn về những chọn lựa và những quyết định mà loài người các bạn phải làm về những sự kiện vĩ đại này.

Nhân loại có tiềm năng to lớn và đã nuôi dưỡng một truyền thống thánh linh sâu đậm, nhưng nó không có sự hiểu biết về Cộng Đồng Vĩ Đại mà nó đang trổi vào. Nhân loại thì chia rẽ và tranh đấu với nhau, do đó khiến nó dễ bị điều khiển và bị can thiệp từ bên ngoài ranh giới của bạn. Loài người của bạn bị bận tâm với những vấn đề của ngày hôm nay, nhưng thực tế của ngày mai thì không được nhận ra. Bạn có lợi gì khi lờ đi sự chuyển động vĩ đại của thế giới và khi cho rằng Sự Can Thiệp đang xảy ra hôm nay là cho lợi ích của bạn? Chắc chắn rằng không ai trong các bạn có thể nói điều này nếu bạn thấy thực tế của tình hình.

Theo một khía cạnh, nó là một vấn đề về tầm nhìn. Chúng tôi có thể thấy và bạn không thể, bởi vì bạn không có điểm quan sát. Bạn phải ở bên ngoài thế giới của bạn, bên ngoài phạm vi ảnh hưởng của thế giới của bạn, để thấy điều chúng tôi đang thấy. Nhưng mà, để thấy điều chúng tôi thấy, chúng tôi phải ẩn giấu bởi vì nếu chúng tôi bị phát hiện, chúng tôi chắc chắn sẽ chết. Bởi vì những vị khách của bạn xem nhiệm vụ của họ ở đây là vô cùng có giá trị, và họ xem Trái Đất là có hứa hẹn lớn nhất giữa một vài cái khác. Họ sẽ không dừng lại bởi vì chúng tôi. Do đó nó là tự do của riêng bạn mà bạn phải coi trọng và bạn phải bảo vệ. Chúng tôi không thể làm việc này cho bạn.

Mỗi thế giới, nếu nó muốn thiết lập sự thống nhất, tự do và quyền tự quyết của riêng nó trong Cộng Đồng Vĩ Đại, phải thiết lập sự tự do này và bảo vệ nó khi cần thiết. Nếu không, sự thống trị chắc chắn sẽ xảy ra và sẽ là toàn diện.

Tại sao những vị khách của bạn muốn thế giới của bạn? Đó là rất hiển nhiên. Đó không phải là bạn mà họ thật sự quan tâm đến. Đó là những tài nguyên sinh học của thế giới của bạn. Đó là vị trí chiến lược của hệ mặt trời này. Bạn chỉ có ích cho họ trong chừng mực mà những thứ này được coi trọng và có thể được sử dụng. Họ sẽ chào mời những gì bạn muốn và họ sẽ nói điều bạn muốn nghe. Họ sẽ chào mời những dụ dỗ, và họ sẽ dùng các tôn giáo của bạn và các lý tưởng tôn giáo của bạn để nuôi dưỡng sự tự tin và niềm tin rằng họ, hơn cả bạn, hiểu những nhu cầu của thế giới của bạn và sẽ có thể đáp ứng những nhu cầu này để đem lại sự thanh thản lớn lao hơn ở đây. Bởi vì nhân loại có vẻ như không thể thiết lập sự thống nhất và trật tự, nhiều người sẽ cởi mở tâm trí và trái tim của họ cho những ai mà họ tin rằng sẽ có khả năng lớn hơn để làm việc này.

Trong bài đàm luận thứ hai, chúng tôi đã nói một ít về chương trình lai giống. Một vài người đã nghe về hiện tượng này, và chúng tôi hiểu rằng có vài sự bàn luận về việc này. Những Người Vô Hình đã nói cho chúng tôi rằng có một nhận thức ngày càng tăng về việc một chương trình như vậy tồn tại, nhưng thật đáng kinh ngạc con người không thể thấy những hậu quả hiển nhiên, khi họ quá phụ thuộc vào những ưa thích của họ về vấn đề này và trang bị quá kém cỏi để đối phó với việc một Sự Can Thiệp như vậy có thể là nghĩa gì. Rõ ràng là, một chương trình lai giống là một nỗ lực để kết hợp khả năng thích nghi với thế giới vật chất của loài người và tâm trí nhóm thể và ý thức tập thể của những vị khách. Những con cháu như vậy sẽ ở một vị trí hoàn hảo để trao cho sự lãnh đạo mới cho nhân loại, một sự lãnh đạo được sinh ra từ những ý định của những vị khách và chiến dịch của những vị khách. Những cá nhân này sẽ có mối quan hệ huyết thống trong thế giới, và do đó những người khác sẽ có mối quan hệ họ hàng với họ và chấp nhận sự hiện diện của họ. Nhưng tâm trí của họ sẽ không ở với bạn, trái tim của họ cũng vậy. Và mặc dù họ có thể cảm thấy tội nghiệp bạn trong hoàn cảnh của bạn và cho việc hoàn cảnh của bạn có thể trở thành ra sao, họ sẽ không có quyền thế cá nhân, bản thân họ không được huấn luyện theo Con Đường của Tri Thức và sự Sáng Suốt, để hỗ trợ bạn hay để cưỡng lại ý thức tập thể mà đã nuôi dưỡng họ ở đây và đã trao cho họ sự sống.

Bạn thấy không, tự do cá nhân không được coi trọng bởi những vị khách. Họ xem nó là liều lĩnh và không có trách nhiệm. Họ chỉ có thể hiểu được ý thức tập thể của họ, điều họ xem là có đặc quyền và được ban ơn phước. Nhưng họ không thể tiếp cận thánh linh thật, điều được gọi là Tri Thức trong vũ trụ, bởi vì Tri Thức được sinh ra từ sự khám phá bản thân của cá nhân và tồn tại qua những mối quan hệ ở phẩm chất cao. Không hiện tượng nào hiện diện trong cấu tạo xã hội của những vị khách. Họ không thể nghĩ cho bản thân. Ý muốn của họ là không chỉ riêng cho họ. Và do đó một cách tự nhiên họ không thể tôn trọng triển vọng để phát triển hai hiện tượng vĩ đại này trong thế giới của bạn, và họ chắc chắn là không ở trong vị trí để trau dồi những điều như vậy. Họ chỉ tìm sự tuân theo và lòng trung thành. Và những giáo huấn thánh linh mà họ sẽ nuôi dưỡng trong thế giới sẽ chỉ phục vụ để khiến con người phục tùng, cởi mở và không nghi ngờ để thu lấy một niềm tin mà đã chưa bao giờ được giành lấy.

Chúng tôi đã thấy những điều này trước đây ở những nơi khác. Chúng tôi đã thấy toàn bộ những thế giới rơi vào sự điều khiển của những tập đoàn như vậy. Có nhiều tập đoàn như vậy trong vũ trụ. Bởi vì những tập đoàn như vậy làm về giao dịch giữa các hành tinh và bao phủ trên những vùng rộng lớn, họ tuân theo một sự tuân thủ nghiêm khắc không với sự chênh lệch nào. Không có tính chất cá nhân giữa họ, ít ra là không theo bất kỳ cách nào mà bạn có thể nhận ra.

Chúng tôi không chắc rằng chúng tôi có thể cho ví dụ trong thế giới của bạn về việc điều này có thể là như thế nào, nhưng chúng tôi đã được bảo rằng có những tập đoàn thương mại mà bao phủ nhiều nền văn hoá trong thế giới của bạn, mà nắm quyền lực rất lớn nhưng chỉ được thống trị bởi một số ít người. Đây có lẽ là một ví dụ tương tự cho điều chúng tôi đang mô tả. Tuy nhiên, điều chúng tôi đang mô tả thì quyền lực hơn, lan rộng hơn và lâu đời hơn rất nhiều so với bất cứ gì mà bạn có thể đưa ra như một ví dụ trong thế giới.

Đó là đúng đối với sự sống thông minh ở khắp nơi rằng sự sợ hãi có thể là một thế lực phá hoại. Nhưng sự sợ hãi phục vụ chỉ một và duy nhất một mục đích nếu nó được hiểu đúng và đó là để thông báo cho bạn về sự hiện diện của nguy hiểm. Chúng tôi lo ngại, và đó là bản chất của nỗi sợ hãi của chúng tôi. Chúng tôi hiểu điều gì đang bị nguy hiểm. Đó là bản chất của nỗi lo ngại của chúng tôi. Sự sợ hãi của bạn được sinh ra bởi vì bạn không biết điều gì đang xảy ra, do đó nó là một sự sợ hãi đầy phá hoại. Nó là một sự sợ hãi mà không thể trao sức mạnh cho bạn hay trao cho bạn sự nhận thức mà bạn cần để hiểu điều gì đang xảy ra trong thế giới của bạn.

Nếu bạn có thể được thông báo, thì sự sợ hãi được biến hoá thành sự lo ngại và sự lo ngại được biến hoá thành hành động có tính xây dựng. Chúng tôi không biết cách nào khác để mô tả điều này.

Chương trình lai giống đang trở nên rất thành công. Chưa gì đã có những loài đang đi lại trong Trái Đất của bạn mà được sinh ra từ ý thức và nỗ lực tập thể của những vị khách. Họ không thể cư ngụ ở đây trong khoảng thời gian dài, nhưng trong vòng chỉ một vài năm, họ sẽ có thể sống cố định trên bề mặt thế giới của bạn. Đó sẽ là sự hoàn hảo của kỹ thuật thay đổi gene của họ mà họ sẽ có vẻ chỉ hơi khác so với bạn, trong cách ứng xử và trong sự hiện diện của họ hơn là trong vẻ bề ngoài của họ, tới mức mà họ hầu như sẽ không được để ý và không được nhận diện. Tuy nhiên, họ sẽ có những khả năng tinh thần lớn hơn. Và điều này sẽ trao cho họ lợi thế mà bạn không thể bằng được ngoại trừ khi bạn được huấn luyện trong Những Con Đường của Sự Sáng Suốt.

Đó là thực tế vĩ đại mà nhân loại đang trỗi vào - một vũ trụ đầy với những điều kỳ diệu và những điều ghê rợn, một vũ trụ của sự ảnh hưởng, một vũ trụ của sự cạnh tranh, nhưng cũng là một vũ trụ đầy với Ơn Lành, cũng như thế giới riêng của bạn nhưng vĩ đại hơn vô số lần. Thiên Đường mà bạn tìm kiếm thì không ở đây. Tuy nhiên, những thế lực mà bạn phải ganh đua thì ở đây. Đây là ngưỡng cửa vĩ đại nhất mà chủng loài của bạn sẽ từng phải đối mặt. Mỗi người chúng tôi trong nhóm của chúng tôi đã đối mặt với điều này trong những thế giới của chúng tôi, và đã có rất nhiều thất bại, với chỉ một ít thành công. Những chủng loài có thể giữ gìn tự do và sự cách ly của họ phải trở nên mạnh mẽ và thống nhất và hầu như sẽ rút lui khỏi phần lớn những tương tác với Cộng Đồng Vĩ Đại để bảo vệ tự do đó.

Nếu bạn suy nghĩ về những điều này, có lẽ bạn sẽ thấy những hậu quả tất nhiên trong thế giới của bạn. Những Người Vô Hình đã kể nhiều cho chúng tôi về sự phát triển thánh linh của bạn và hứa hẹn lớn lao của nó, nhưng họ cũng đã cố vấn cho chúng tôi rằng những khuynh hướng và những ý tưởng về thánh linh của bạn đang bị điều khiển rất nhiều ở thời điểm này. Có toàn bộ những giáo huấn được đưa vào thế giới bây giờ để dạy sự chấp nhận của con người và sự đình chỉ của những khả năng phê bình và xem trọng chỉ những thứ dễ chịu và thoải mái. Những giáo huấn này đã được đưa cho để làm mất khả năng của loài người để tiếp cận Tri Thức bên trong họ cho tới khi loài người đi đến một mức độ khi họ cảm thấy họ hoàn toàn lệ thuộc vào những thế lực lớn lao hơn mà họ không thể xác minh. Vào lúc đó, họ sẽ đi theo bất kỳ điều gì được đưa cho họ để làm, và ngay cả khi họ cảm thấy có điều gì đó sai trái, họ sẽ không còn sức mạnh để chống lại.

Nhân loại đã sống trong cô lập trong một quãng thời gian dài. Có lẽ nó được tin rằng một Sự Can Thiệp như vậy không thể nào diễn ra và rằng mỗi người có chủ quyền trên ý thức và tâm trí riêng của họ. Nhưng đó chỉ là giả thiết. Nhưng chúng tôi đã được nói rằng những người thông thái trong thế giới của bạn đã học để vượt qua những giả thiết này và đã đạt được sức mạnh để thiết lập môi trường tinh thần riêng của họ.

Chúng tôi sợ rằng lời nói của chúng tôi có thể là quá trễ và có quá ít tác động và rằng người chúng tôi đã chọn để nhận lãnh chúng tôi có quá ít sự hỗ trợ và ủng hộ để phát hành thông tin này. Ông ấy sẽ gặp phải sự không tin và sự nhạo báng, bởi vì ông ấy sẽ không được tin, và điều ông ấy nói về sẽ đối lập với điều nhiều người cho là đúng. Những người đã rơi vào sự thuyết phục của người ngoài hành tinh, đặc biệt họ sẽ chống đối ông ấy, bởi vì họ không có lực chọn trong việc này.

Vào trong tình cảnh nghiêm trọng này Đấng Tạo Hoá của mọi sự sống đã gửi đến một sự chuẩn bị, một giáo huấn về khả năng thánh linh và sự phân biệt rõ ràng, quyền lực và thành tựu. Chúng tôi là học trò của một giáo huấn như vậy, cũng như nhiều loài khác khắp vũ trụ. Giáo huấn này là một hình thức của sự can thiệp từ Thánh Linh. Nó không thuộc vào bất kỳ một thế giới nào. Nó không phải là sở hữu của bất kỳ một chủng loài nào. Nó không tập trung quanh một nam hay nữ anh hùng nào, một cá nhân nào. Một sự chuẩn bị như vậy đang có ngay lúc này. Nó sẽ được cần. Từ quan điểm của chúng tôi, nó là điều duy nhất trong hiện tại mà có thể trao cho nhân loại cơ hội để trở nên thông thái và phân biệt rõ về cuộc sống mới của bạn trong Cộng Đồng Vĩ Đại.

Như đã xảy trong trong thế giới của bạn trong lịch sử riêng của bạn, người đầu tiên đến những vùng đất mới là những nhà khám phá và những người đi chinh phục. Họ không đến vì những lý do vị tha. Họ đến để tìm quyền lực, tài nguyên và sự thống trị. Đây là bản chất của cuộc sống. Nếu nhân loại rành rõi trong những vấn đề của Cộng Đồng Vĩ Đại, bạn sẽ chống lại bất kỳ cuộc viếng thăm nào đến thế giới của bạn trừ khi đã có một hiệp định song phương được thiết lập trước đó. Bạn sẽ biết để không cho phép thế giới của bạn quá dễ bị tấn công.

Vào thời điểm này, có hơn một tập đoàn đang cạnh tranh cho lợi thế ở đây. Điều đó đặt nhân loại ở giữa những hoàn cảnh rất khác thường nhưng cũng giúp làm sáng tỏ. Đó là tại sao những thông điệp của những vị khách sẽ thường xuyên có vẻ mâu thuẫn. Đã có mâu thuẫn giữa họ, nhưng họ sẽ thương lượng với nhau nếu lợi ích song phương có thể được nhận ra. Tuy nhiên, họ vẫn cạnh tranh với nhau. Đối với họ, đây là ranh giới. Đối với họ, bạn chỉ được coi là có ích. Nếu bạn không còn được coi là có ích, bạn sẽ đơn giản bị bỏ đi.

Ở đây có một thử thách lớn lao cho loài người của thế giới của bạn và đặc biệt cho những người ở vị trí quyền lực và trách nhiệm để nhận ra sự khác biệt giữa một sự hiện diện thánh linh và một cuộc viếng thăm từ Cộng Đồng Vĩ Đại. Nhưng làm sao bạn có khuôn khổ để phân biệt? Bạn có thể học những điều như vậy ở đâu? Ai trong thế giới của bạn đang ở vị trí để dạy về thực tế của Cộng Đồng Vĩ Đại? Chỉ có một giáo huấn từ bên ngoài thế giới mới có thể chuẩn bị bạn cho cuộc sống ngoài thế giới, và sự sống ngoài thế giới đang ở trong thế giới của bạn ngay lúc này, tìm cách để thiết lập bản thân ở đây, tìm cách để mở rộng sức ảnh hưởng của nó, tìm cách để thắng được tâm trí và trái tim và linh hồn của con người khắp nơi. Đó là rất đơn giản. Nhưng rất huỷ hoại.

Do đó, nhiệm vụ của chúng tôi trong những thông điệp này là để đem đến một lời cảnh báo vĩ đại, nhưng lời cảnh báo là không đủ. Phải có nhận thức giữa loài người của bạn. Ít nhất là ở giữa đủ người ở đây, phải có sự hiểu biết về thực tế mà bạn đang đối mặt. Đây là sự kiện vĩ đại nhất trong lịch sử loài người - thử thách vĩ đại nhất cho tự do loài người và cơ hội vĩ đại nhất cho sự thống nhất và hợp tác của loài người. Chúng tôi nhận ra những lợi thế và cơ hội lớn lao này, nhưng với mỗi ngày trôi qua sự hứa hẹn của chúng mờ dần - khi càng ngày càng nhiều người bị bắt và nhận thức của họ bị trau dồi lại và bị xây dựng lại, khi càng ngày càng nhiều người học những chỉ dạy thánh linh mà đang được tuyên truyền bởi những vị khách và khi càng ngày càng nhiều người trở nên dễ chấp nhận hơn và ít khả năng phân biệt hơn.

Chúng tôi đã đến theo yêu cầu của Những Người Vô Hình để phục vụ trong chức năng như người quan sát. Nếu chúng tôi thành công, chúng tôi sẽ tiếp tục ở gần thế giới của bạn chỉ đủ lâu để tiếp tục trao cho bạn thông tin này. Sau đó, chúng tôi sẽ trở về quê hương của chúng tôi. Nếu chúng tôi thất bại và nếu chiều hướng chống lại nhân loại và nếu bóng tối vĩ đại bao phủ thế giới, bóng tối của sự thống trị, thì chúng tôi sẽ phải ra đi, sứ mệnh của chúng tôi không hoàn thành. Cách nào đi nữa, chúng tôi không thể ở với bạn, nhưng nếu bạn bộc lộ sự hứa hẹn chúng tôi sẽ ở cho đến khi bạn được bảo vệ, cho đến khi bạn có thể cung cấp cho bản thân. Bao gồm trong điều này là yêu cầu rằng bạn có thể tự cung cấp. Nếu bạn trở nên phụ thuộc vào giao dịch với những chủng loài khác, điều này tạo ra một nguy cơ rất vĩ đại cho sự điều khiển từ bên ngoài, bởi vì nhân loại chưa đủ mạnh để chống lại quyền lực trong môi trường tinh thần mà có thể được đặt lên ở đây và đang được đặt lên ở đây ngay lúc này.

Những vị khách sẽ cố gắng tạo ấn tượng rằng họ là "những đồng minh của nhân loại." Họ sẽ nói rằng họ đang ở đây để cứu nhân loại khỏi chính nó, rằng chỉ họ có thể trao cho hi vọng lớn lao mà nhân loại không thể trao cho bản thân, rằng chỉ họ có thể thiết lập trật tự và sự hài hoà thật sự trong thế giới. Nhưng trật tự này và sự hài hoà này sẽ là của họ, không phải của bạn. Và tự do mà họ hứa hẹn sẽ không là của bạn để tận hưởng.

Sự Thao Túng của Những Truyền Thống và Những Niềm Tin về Tôn Giáo

Để hiểu được những hoạt động của những vị khách trong thế giới hôm nay, chúng tôi phải trình bày thêm thông tin về sự ảnh hưởng của họ trên những tổ chức và giá trị tôn giáo của thế giới và trên những sự thôi thúc thiết yếu về thánh linh mà phổ biến cho bản chất của bạn và, trong nhiều cách, là phổ biến cho sự sống thông minh ở nhiều nơi trong Cộng Đồng Vĩ Đại.

Chúng tôi bắt đầu bằng cách nói rằng những hoạt động mà những vị khách đang chỉ đạo trên thế giới ngay lúc này đã diễn ra nhiều lần trước đây ở nhiều nơi khác nhau với nhiều nền văn minh khác nhau trong Cộng Đồng Vĩ Đại. Những vị khách của bạn không phải là người khởi đầu những hoạt động này nhưng chỉ dùng chúng cho ý muốn của họ và đã dùng chúng nhiều lần trước đây.

Nó quan trọng để bạn hiểu rằng những kỹ năng trong sự ảnh hưởng và sự điều khiển đã được phát triển đến một mức độ chức năng rất cao trong Cộng Đồng Vĩ Đại. Khi những chủng loài trở nên thông thạo hơn và nhiều khả năng hơn trong công nghệ, họ đặt những hình thức ảnh hưởng tinh vi hơn và lan rộng hơn trên lẫn nhau. Loài người chỉ tiến hoá trước giờ để cạnh tranh với nhau, do đó bạn chưa có lợi thế thích nghi này. Điều này bản thân nó là một trong những lý do tại sao chúng tôi đang trình bày tài liệu này cho bạn. Bạn đang tiến vào một chuỗi những hoàn cảnh mới mà đòi hỏi sự trao dồi những khả năng vốn có và học hỏi những kỹ năng mới.

Mặc dù nhân loại đại diện một hoàn cảnh độc nhất, sự trổi vào trong Cộng Đồng Vĩ Đại đã xảy ra vô số lần trước đây với những chủng loài khác. Do đó, điều đang bị vi phạm với bạn đã được làm trước đây. Nó đã được phát triển rất cao và bây giờ điều đang được thích nghi cho cuộc sống của bạn và cho hoàn cảnh của bạn là khá dễ dàng theo cảm nghĩ của chúng tôi.

Chương Trình Bình Định Hoá đang được tiến hành bởi những vị khách đang một phần giúp điều này xảy ra. Khát khao cho mối quan hệ hoà bình và khát khao để tránh chiến tranh và mâu thuẫn là đáng ngưỡng mộ nhưng có thể, và thật là đang, bị sử dụng chống lại bạn. Ngay cả những thôi thúc cao thượng nhất của bạn có thể được sử dụng cho những mục đích khác. Bạn đã thấy điều này trong lịch sử của bạn, trong bản chất của bạn và trong những xã hội của bạn. Hoà bình chỉ có thể được thiết lập trên một nền tảng vững chắc của sự khôn ngoan, sự hợp tác và khả năng chính thực.

Nhân loại đã luôn quan tâm một cách tự nhiên về việc thiết lập mối quan hệ hoà bình giữa những bộ tộc và những quốc gia của nó. Bây giờ, tuy nhiên, nó có những vấn đề và những thử thách to lớn hơn. Chúng tôi xem những điều này là cơ hội cho sự phát triển của bạn, bởi vì đó chỉ là thử thách để trổi vào Cộng Đồng Vĩ Đại mà sẽ thống nhất thế giới và trao cho bạn nền tảng để sự thống nhất này trở thành chân thật, mạnh mẽ và hiệu quả.

Do đó, chúng tôi đến không để chỉ trích những tổ chức tôn giáo của bạn hay những thúc đẩy và giá trị thiết yếu nhất của bạn, nhưng để làm rõ làm cách nào chúng đang được sử dụng chống lại bạn bởi những chủng loài đang can thiệp trong thế giới của bạn. Và, nếu đó là trong quyền lực của chúng tôi, chúng tôi mong muốn động viên việc áp dụng đúng đắn của những món quà của bạn và những thành tựu của bạn cho sự bảo tồn thế giới của bạn, tự do của bạn và sự chính trực của bạn như một chủng loài trong bối cảnh của Cộng Đồng Vĩ Đại.

Những vị khách bản chất là thực tiễn trong phương thức của họ. Đây là cả điểm mạnh và điểm yếu. Như chúng tôi đã quan sát họ, ở đây và ở chỗ khác, chúng tôi thấy rằng nó là khó khăn cho họ để lệch khỏi kế hoạch của họ. Họ không thích nghi tốt cho sự thay đổi, họ cũng không đối phó hiệu quả với sự phức tạp. Do đó, họ triển khai kế hoạch của họ theo cách khá bất cẩn, bởi vì họ cảm thấy rằng họ đang đi đúng và rằng họ có lợi thế. Họ không tin rằng loài người sẽ lập sự chống đối lại họ — ít ra là sự chống đối mà sẽ ảnh hưởng lớn đến họ. Và họ cảm thấy rằng những bí mật của họ và mục đích của họ được giữ gìn cẩn thận và vượt ngoài sự hiểu biết của con người.

Dưới bối cảnh này, hoạt động của chúng tôi khi trình bày tài liệu này cho bạn khiến chúng tôi trở thành kẻ thù của họ, chắc chắn là vậy trong mắt họ. Trong mắt chúng tôi, tuy nhiên, chúng tôi chỉ đang cố gắng chống lại ảnh hưởng của họ và để đưa cho bạn sự hiểu biết mà bạn cần và quan điểm mà bạn phải dựa vào để bảo tồn tự do của bạn như một chủng loài và để đối phó với những thực tế của Cộng Đồng Vĩ Đại.

Bởi vì bản chất thực tiễn trong phương thức của họ, họ muốn hoàn thành mục tiêu của họ với hiệu quả cao nhất có thể. Họ muốn thống nhất loài người nhưng chỉ theo sự tham gia và hoạt động riêng của họ trong thế giới. Đối với họ, sự thống nhất loài người là một mối quan tâm thực tiễn. Họ không giá trị sự đa dạng trong văn hoá; họ chắc chắn là không giá trị nó trong những nền văn minh của họ. Do đó, họ sẽ cố gắng loại trừ nó hay tối thiểu hoá nó, nếu có thể, ở bất cứ nơi nào họ đang đặt ảnh hưởng của họ.

Trong bài đàm luận trước của chúng tôi, chúng tôi đã nói về ảnh hưởng của những vị khách trên những hình thức mới về thánh linh - trên những ý nghĩ mới và những cách biểu hiện mới về thánh linh loài người và bản chất loài người mà đang ở trong thế giới của bạn ngay lúc này. Trong bài thảo luận này của chúng tôi, chúng tôi muốn tập trung vào những giá trị và những tổ chức truyền thống mà những vị khách của bạn tìm cách để ảnh hưởng và đang ảnh hưởng ngày hôm nay.

Cố gắng khuyến khích sự đồng nhất và sự tuân thủ, những vị khách sẽ dựa vào những tổ chức và những giá trị nào mà họ cảm thấy là ổn định và thực tiễn nhất cho mục đích của họ. Họ không quan tâm đến những ý nghĩ của bạn, và họ không quan tâm đến những giá trị của bạn, ngoại trừ khi những thứ này có thể đưa kế hoạch của họ đi xa hơn. Đừng lừa dối bản thân khi nghĩ rằng họ bị thu hút đến thánh linh của bạn bởi vì bản thân họ thiếu những thứ như vậy. Điều này là ngu ngốc và có lẽ là một sai lầm đưa đến chỗ chết. Đừng nghĩ rằng họ bị say mê với cuộc sống của bạn và những thứ mà bạn thấy thích thú. Bởi vì chỉ trong những trường hợp hiếm hoi mà bạn sẽ có thể ảnh hưởng họ theo cách này. Tất cả sự tò mò tự nhiên đã được gây giống ra khỏi họ và rất ít còn tồn tại. Thật ra, có rất ít điều bạn gọi là "Linh Hồn" hay điều chúng tôi gọi là "Varne" hay "Con Đường của Sự Sáng Suốt." Họ bị điều khiển và điều khiển và đi theo những kiểu mẫu suy nghĩ và ứng xử mà đã được thiết lập vững chắc và được củng cố một cách nghiêm khắc. Họ có thể có vẻ thấu cảm với những ý nghĩ của bạn, nhưng đó chỉ là để đạt được lòng trung thành của bạn.

Trong những tổ chức tôn giáo truyền thống trong thế giới của bạn, họ sẽ tìm cách để sử dụng những giá trị và những niềm tin thiết yếu nào mà có thể phục vụ trong tương lai để đưa bạn đến sự trung thành với họ. Để chúng tôi cho bạn vài ví dụ, từ những quan sát của chúng tôi và từ sự sáng suốt mà Những Người Vô Hình đã trao cho chúng tôi.

Nhiều người trong thế giới của bạn đi theo niềm tin Ki tô Giáo. Chúng tôi nghĩ điều này là đáng ngưỡng mộ mặc dù nó chắc chắn không phải là cách tiếp cận duy nhất cho những câu hỏi căn bản về danh tính thánh linh và mục đích trong cuộc sống. Những vị khách sẽ dùng ý nghĩ căn bản về sự trung thành đến một người lãnh đạo duy nhất để tạo ra lòng trung thành cho mục đích của họ. Trong bối cảnh của tôn giáo này, sự nhận biết với Chúa Giêsu sẽ được sử dụng rất nhiều. Hi vọng và lời hứa về việc quay trở lại thế giới của ông ấy trao cho những vị khách một cơ hội hoàn hảo, đặc biệt vào bước ngoặt này của thiên niên kỷ.

Nó là sự hiểu biết của chúng tôi rằng Chúa Giêsu thật sẽ không quay trở lại thế giới, bởi vì ông ấy đang cùng làm việc với Những Người Vô Hình và phục vụ nhân loại và những chủng loài khác nữa. Người sẽ đến dưới tên ông ấy sẽ đến từ Cộng Đồng Vĩ Đại. Người đó sẽ là người được sinh ra và được gây giống đặc biệt cho mục đích này bởi những tập đoàn đang ở trong thế giới hôm nay. Ông ta sẽ nhìn giống con người và sẽ có những khả năng đặc biệt so với điều bạn có thể đạt được ngay lúc này. Ông ta sẽ có vẻ hoàn toàn vị tha. Ông ta sẽ có thể thực hiện những điều mà sẽ sinh ra sự sợ hãi hay lòng tôn kính vĩ đại. Người đó sẽ có thể phóng hình ảnh thiên thần, quỷ dữ hay bất kỳ hình ảnh nào mà cấp trên của ông ta muốn bạn tiếp xúc. Ông ta sẽ có vẻ như có quyền lực thánh linh. Nhưng ông ta sẽ đến từ Cộng Đồng Vĩ Đại, và ông ta sẽ là một phần của tập đoàn. Và ông ta sẽ đem lại lòng trung thành để đi theo ông ta. Cuối cùng rồi, những người không thể đi theo ông ta, ông ta sẽ khuyến khích sự xa lánh họ hay sự diệt trừ họ.

Những vị khách không quan tâm bao nhiêu người của bạn bị diệt trừ miễn là họ có lòng trung thành giữa số nhiều.

Do đó, những vị khách sẽ tập trung vào những ý nghĩ căn bản nào mà đưa cho họ quyền thế và ảnh hưởng này.

Sự Trở Lại của Chúa Giêsu, do đó, đang được chuẩn bị bởi những vị khách của bạn. Bằng chứng của việc này, chúng tôi hiểu, đang ở trong thế giới. Loài người không nhận ra sự hiện diện của những vị khách hay bản chất của thực tế trong Cộng Đồng Vĩ Đại, và do đó họ sẽ chấp nhận một cách tự nhiên những niềm tin trước đây của họ mà không suy nghĩ, cảm thấy rằng thời điểm đã đến cho sự trở lại của Đấng Cứu Thế của họ và Người Thầy của họ. Nhưng người sẽ đến sẽ không đến từ Thiên Đàng, người đó sẽ không đại diện cho Tri Thức hay Những Người Vô Hình, và người đó sẽ không đại diện cho Đấng Tạo Hoá hay ý muốn của Đấng Tạo Hoá. Chúng tôi đã thấy kế hoạch này đang được lên kế hoạch trong thế giới. Chúng tôi đã thấy những kế hoạch giống vậy được tiến hành ở những thế giới khác.

Trong những truyền thống tín ngưỡng khác, sự đồng nhất sẽ được khuyến khích bởi những vị khách - điều mà bạn có thể gọi là một hình thức tôn giáo căn bản dựa vào quá khứ, dựa vào lòng trung thành với nhà cầm quyền và dựa vào sự tuân thủ với tổ chức. Điều này có lợi cho những vị khách. Họ không quan tâm tới tư tưởng và những giá trị của các truyền thống tín ngưỡng của bạn, chỉ với hữu ích của chúng. Khi càng nhiều người có thể suy nghĩ giống nhau, hành động giống nhau và phản ứng theo cách đoán trước, họ càng trở nên có ích cho những tập đoàn. Sự đồng nhất này đang được khuyến khích trong nhiều truyền thống khác nhau. Ý định ở đây không phải để khiến chúng đều giống nhau nhưng để chúng trở nên đơn giản trong bản thân chúng.

Ở một phần của thế giới, một hệ tư tưởng tín ngưỡng nào đó sẽ thống trị; trong một phần khác của thế giới, một hệ tư tưởng tín ngưỡng khác sẽ thống trị. Điều này là hoàn toàn có ích cho những vị khách của bạn, bởi vì họ không quan tâm nếu có hơn một tôn giáo miễn là có trật tự, sự tuân thủ và lòng trung thành. Không có tôn giáo nào của riêng họ mà bạn có thể theo hay đồng cảm với, họ sẽ dùng những tôn giáo của bạn để sinh ra những giá trị riêng của họ. Bởi vì họ chỉ giá trị sự trung thành hoàn toàn với mục tiêu của họ và với những tập đoàn và tìm lòng trung thành hoàn toàn của bạn để tham gia với họ theo những cách mà họ đặt ra. Họ sẽ bảo đảm với bạn rằng điều này sẽ tạo ra hoà bình và sự cứu rỗi trong thế giới và sự trở lại của bất kỳ hình ảnh hay nhân vật tôn giáo nào được xem là có giá trị nhất ở đây.

Điều này không phải để nói rằng tôn giáo căn bản bị điều khiển bởi những thế lực ngoài hành tinh, bởi vì chúng tôi hiểu rằng tôn giáo căn bản đã được thiết lập lâu đời trong thế giới của bạn. Điều chúng tôi đang nói ở đây là những thôi thúc cho việc này và những cơ chế cho việc này sẽ được ủng hộ bởi những vị khách và được dùng cho mục đích riêng của họ. Do đó, tất cả những ai là người mộ đạo trong những truyền thống của họ phải rất thận trọng để phân biệt những ảnh hưởng này và để chống lại chúng nếu có thể. Ở đây đó không phải là người bình thường trong thế giới mà những vị khách tìm cách để thuyết phục; đó là những nhà lãnh đạo.

Những vị khách tin chắc rằng nếu họ không can thiệp đúng lúc, nhân loại sẽ huỷ hoại bản thân và thế giới. Điều này không được dựa vào sự thật; nó chỉ là một giả thiết. Mặc dù nhân loại đang có nguy cơ tự huỷ diệt, điều này không cần thiết là định mệnh của bạn. Nhưng những tập đoàn tin đó là như vậy, và do đó họ phải gấp gáp hoạt động và đặc biệt chú trọng vào những chương trình thuyết phục của họ. Những người có thể được thuyết phục sẽ được xem là có ích; những người không thể được thuyết phục sẽ bị loại bỏ và bị xa lánh. Nếu những vị khách trở nên đủ mạnh để đạt được sự điều khiển hoàn toàn của thế giới, những người không thể tuân theo sẽ bị loại trừ. Nhưng những vị khách sẽ không làm việc huỷ diệt. Nó sẽ bị mài luyện thông qua chính những cá nhân trong thế giới mà đã rơi hoàn toàn dưới sự thuyết phục của họ.

Đây là một kịch bản kinh khủng, chúng tôi hiểu, nhưng không thể lẫn lộn nếu bạn muốn hiểu và nhận lãnh điều chúng tôi đang bộc lộ trong những thông điệp của chúng tôi cho bạn. Đó không phải là sự huỷ diệt loài người, đó là sự hội nhập của loài người mà những vị khách muốn đạt được. Họ sẽ lai giống với bạn cho mục đích này. Họ sẽ cố gắng để chuyển hướng những thôi thúc tín ngưỡng và những tổ chức tôn giáo của bạn cho mục đích này. Họ sẽ thiết lập bản thân một cách bí mật trong thế giới cho mục đích này. Họ sẽ ảnh hưởng những chính quyền và những nhà lãnh đạo chính quyền cho mục đích này. Họ sẽ ảnh hưởng những quyền lực quân sự trong thế giới cho mục đích này. Những vị khách tự tin rằng họ có thể thành công, bởi vì cho đến giờ họ thấy rằng loài người chưa lập đủ sự chống đối để chống lại những biện pháp của họ hay để bù lại mục tiêu của họ.

Để chống lại điều này, bạn phải học Con Đường của Tri Thức của Cộng Đồng Vĩ Đại. Bất kỳ chủng loài tự do nào trong vũ trụ cũng phải học Con Đường của Tri Thức, bất kể nó có thể được định nghĩa như thế nào trong những nền văn hoá của họ. Đây là nguồn gốc của tự do cá nhân. Đây là điều cho phép những cá nhân và những xã hội để có sự chính trực thật sự và có sự khôn ngoan cần thiết để đối phó với những ảnh hưởng chống lại Tri Thức, trong cả những thế giới của họ và trong Cộng Đồng Vĩ Đại. Do đó, nó là cần thiết để học những con đường mới, bởi vì bạn đang tiến vào một tình huống mới với những thế lực mới và những ảnh hưởng mới.

Thật sự, đây không phải là viễn cảnh tương lai nào đó nhưng là một thử thách ngay lúc này. Sự sống trong vũ trụ không chờ cho bạn sẵn sàng. Sự kiện sẽ xảy ra mặc dù bạn sẵn sàng hay không. Sự viếng thăm đã xảy ra không có sự đồng ý của bạn và không có sự cho phép của bạn. Và những quyền căn bản của bạn đang bị xâm phạm ở một mức độ lớn hơn nhiều so với bạn chưa nhận ra.

Bởi vì điều này, chúng tôi đã được cử đến không chỉ để trao quan điểm của chúng tôi và sự khích lệ của chúng tôi nhưng cũng để vang lên một tiếng gọi, một lời cảnh báo, để thúc đẩy sự nhận thức và cam kết. Chúng tôi đã nói trước đây rằng chúng tôi không thể cứu chủng loài của bạn thông qua sự can thiệp quân sự. Đó không phải là vai trò của chúng tôi. Và ngay cả khi chúng tôi cố gắng làm như vậy và tập hợp đủ sức mạnh để thực thi một mục tiêu như vậy, thế giới của bạn sẽ bị huỷ hoại. Chúng tôi chỉ có thể cố vấn.

Bạn sẽ thấy trong tương lai một sự hung dữ của niềm tin tôn giáo được thể hiện trong những cách thức bạo lực, được tiến hành chống lại những người không đồng ý, chống lại những quốc gia yếu hơn và được sử dụng như một vũ khí tấn công và huỷ hoại. Những vị khách sẽ không thích gì hơn việc những tổ chức tôn giáo của bạn điều khiển các quốc gia. Điều này bạn phải chống lại. Những vị khách sẽ không thích gì hơn việc những giá trị tôn giáo được chia sẻ bởi mọi người, bởi vì điều này tăng thêm lực lượng lao động của họ và khiến nhiệm vụ của họ dễ hơn. Trong tất cả những biểu hiện của nó, sự ảnh hưởng như vậy trong căn bản sẽ giảm xuống thành sự chấp nhận và sự quy phục - sự quy phục của ý muốn, sự quy phục của mục đích, sự quy phục của cuộc sống và những khả năng của bản thân. Nhưng điều này sẽ được ca tụng như là một thành tựu vĩ đại cho nhân loại, một sự tiến bộ vĩ đại trong xã hội, một sự thống nhất mới cho loài người, một hi vọng mới cho hoà bình và bình an, một đại thắng của tinh thần con người trên bản năng con người.

Do đó, chúng tôi đến với lời cố vấn của chúng tôi và khuyến khích bạn kiềm chế khỏi việc quyết định không sáng suốt, khỏi việc trao cuộc sống của bạn cho những thứ mà bạn không hiểu và khỏi việc quy phục sự nhận biết của bạn và sự thận trọng của bạn cho món quà hứa hẹn nào đó. Và chúng tôi phải khích lệ bạn không phản bội Tri Thức bên trong bạn, trí thông minh thánh linh mà bạn đã được sinh ra cùng và điều mà đang giữ sự hứa hẹn duy nhất và vĩ đại nhất của bạn.

Có lẽ khi nghe điều này bạn sẽ xem vũ trụ như là một nơi không tồn tại Ơn Lành. Có lẽ bạn sẽ trở nên chỉ trích và sợ hãi, suy nghĩ rằng lòng tham là ở khắp nơi. Nhưng đó không phải là như vậy. Điều cần thiết ngay lúc này là để bạn trở nên mạnh mẽ, mạnh mẽ hơn bạn ngay lúc này, mạnh mẽ hơn bạn đã từng. Đừng chào mời sự liên lạc với những loài đang can thiệp trong thế giới của bạn cho đến khi bạn có sức mạnh này. Đừng mở rộng tâm trí của bạn và trái tim của bạn đến những vị khách đến từ bên ngoài thế giới, bởi vì họ đến đây cho những mục đích riêng của họ. Đừng nghĩ rằng họ sẽ hoàn thành những lời tiên tri tín ngưỡng hay những ý tưởng vĩ đại nhất của bạn, bởi vì đây là sự ảo tưởng.

Có những thế lực thánh linh to lớn trong Cộng Đồng Vĩ Đại - những cá nhân và ngay cả những quốc gia mà đã đạt được những thành tựu ở những mức độ rất cao, cao hơn so với gì nhân loại đã thể hiện cho tới giờ. Nhưng họ không đến và giành quyền điều khiển của những thế giới khác. Họ không đại diện cho những thế lực chính trị và kinh tế trong vũ trụ. Họ không tham gia vào thương mại ngoại trừ việc thoả mãn những nhu cầu căn bản riêng của họ. Họ hiếm khi du hành, ngoại trừ trong những trường hợp khẩn cấp.

Những phái viên được cử đi để giúp những loài đang tiến vào Cộng Đồng Vĩ Đại, những phái viên như chúng tôi. Và cũng có những sứ giả thánh linh - quyền lực của Những Người Vô Hình, người có thể nói với những ai sẵn sàng để nhận lãnh và những ai có trái tim tốt đẹp và nhiều sự hứa hẹn. Đây là cách Chúa hoạt động trong vũ trụ.

Bạn đang tiến vào một môi trường mới đầy khó khăn. Thế giới của bạn là rất có giá trị với những loài khác. Bạn sẽ cần phải bảo vệ nó. Bạn sẽ cần phải bảo tồn những nguồn tài nguyên của bạn để mà bạn không cần phải hay không dựa vào giao dịch với những quốc gia khác cho những nhu cầu căn bản của cuộc sống của bạn. Nếu bạn không bảo tồn những nguồn tài nguyên của bạn, bạn sẽ phải từ bỏ hầu hết tự do và khả năng tự cung cấp của bạn.

Thánh linh của bạn phải vững chắc. Nó phải được dựa vào trải nghiệm thực tế, bởi vì những giá trị và niềm tin, những lễ nghi và những truyền thống có thể được sử dụng và đang được sử dụng bởi những vị khách của bạn cho mục đích riêng của họ.

Ở đây bạn có thể bắt đầu thấy rằng những vị khách của bạn là rất dễ bị tấn công trong một vài điểm. Để chúng tôi giải thích thêm về điều này. Trong từng cá thể, họ có rất ít ý muốn và khó để đối phó với sự phức tạp. Họ không hiểu bản chất thánh linh của bạn. Và họ hầu như chắc chắn là không hiểu những thúc đẩy của Tri Thức. Khi bạn càng mạnh mẽ hơn với Tri Thức, bạn sẽ càng khó hiểu hơn, bạn sẽ khó bị điều khiển hơn và có ít lợi ích hơn cho họ và cho chương trình hội nhập của họ. Trong từng cá thể, khi bạn mạnh mẽ hơn với Tri Thức, bạn trở thành một thử thách lớn hơn cho họ. Càng nhiều cá nhân trở nên mạnh mẽ với Tri Thức, nó càng khó khăn cho những vị khách để cách ly họ.

Những vị khách không có sức mạnh thể lực. Quyền lực của họ là ở trong môi trường tinh thần và trong việc sử dụng công nghệ của họ. Số lượng của họ là ít so với bạn. Họ hoàn toàn dựa vào sự quy phục của bạn, và họ quá tự tin là họ có thể thành công. Dựa vào trải nghiệm cho tới giờ của họ, nhân loại chưa có sự chống đối đáng kể. Nhưng khi bạn càng mạnh mẽ hơn với Tri Thức, bạn càng trở thành một thế lực chống lại ảnh hưởng và sự điều khiển và bạn càng trở thành một thế lực cho tự do và sự chính trực cho chủng loài của bạn.

Mặc dù có thể không nhiều người sẽ có thể lắng nghe thông điệp của chúng tôi, sự đáp lại của bạn là quan trọng. Có lẽ nó dễ để không tin vào sự hiện diện của chúng tôi và thực tế của chúng tôi và để phản ứng chống lại thông điệp của chúng tôi, nhưng chúng tôi nói theo đúng với Tri Thức. Do đó, điều chúng tôi đang nói có thể được biết bên trong bạn, nếu bạn tự do để biết nó.

Chúng tôi hiểu rằng chúng tôi thử thách nhiều niềm tin và lệ thường trong trình bày của chúng tôi. Ngay cả sự có mặt của chúng tôi ở đây sẽ có vẻ không thể giải thích được và sẽ bị chối bỏ bởi nhiều người. Nhưng lời nói của chúng tôi và thông điệp của chúng tôi có thể cộng hưởng với bạn bởi vì chúng tôi nói với Tri Thức. Quyền lực của chân lý là quyền lực vĩ đại nhất trong vũ trụ. Nó có quyền lực để giải thoát. Nó có quyền lực để giúp giác ngộ. Và nó có quyền lực để trao sức mạnh và sự tự tin cho những ai cần nó.

Chúng tôi đã được bảo rằng lương tâm con người thì được rất xem trọng mặt dù có lẽ không luôn được nghe theo. Đó là điều này mà chúng tôi đang nói về khi chúng tôi nói về Con Đường của Tri Thức. Nó là thiết yếu cho tất cả những thôi thúc thánh linh thật sự của bạn. Nó được chứa đựng trong những tôn giáo của bạn rồi. Nó không phải là mới đối với bạn. Nhưng nó phải được xem trọng, nếu không những nỗ lực của chúng tôi và những nỗ lực của Những Người Vô Hình để chuẩn bị nhân loại cho Cộng Đồng Vĩ Đại sẽ không thành công. Quá ít người sẽ đáp lại. Và chân lý sẽ là một gánh nặng cho họ, bởi vì họ sẽ không thể chia sẻ nó một cách hiệu quả.

Do đó, chúng tôi đến không để chỉ trích những tổ chức hay những tục lệ tôn giáo của bạn, nhưng chỉ để minh họa làm cách nào chúng có thể được dùng chống lại bạn. Chúng tôi không phải ở đây để thay thế chúng hay để phủ nhận chúng, nhưng để chỉ rằng làm sao sự chính trực thật sự phải xâm nhập những tổ chức và những tục lệ này để cho chúng phục vụ bạn trong một cách chân thật.

Trong Cộng Đồng Vĩ Đại, thánh linh được thể hiện trong điều chúng tôi gọi là Tri Thức, Tri Thức có nghĩa là trí thông minh của Linh Hồn và sự chuyển động của Linh Hồn bên trong bạn. Điều này trao quyền lực cho bạn để biết chứ không chỉ tin. Điều này ban cho bạn sự miễn nhiễm khỏi sự thuyết phục và sự điều khiển, bởi vì Tri Thức không thể bị điều khiển bởi bất kỳ quyền lực hay thế lực thế gian nào. Điều này trao sự sống cho những tôn giáo của bạn và hi vọng cho định mệnh của bạn.

Những ý tưởng này đúng với chúng tôi, bởi vì chúng là căn bản. Tuy nhiên, chúng không tồn tại trong những tập đoàn, và nếu bạn chạm trán với những tập đoàn, hay chỉ trong sự hiện diện của họ, và có quyền lực để giữ tâm trí riêng của bạn, bạn sẽ tự thấy điều này.

Chúng tôi đã được bảo rằng có nhiều người trên thế giới mong muốn trao đi bản thân, để trao bản thân cho một quyền lực lớn hơn trong cuộc sống. Điều nay không phải là độc nhất cho thế giới loài người, nhưng trong Cộng Đồng Vĩ Đại một cách như vậy dẫn đến việc nô lệ. Chúng tôi hiểu rằng trong thế giới riêng của bạn, trước khi những vị khách đã đến với số lượng như vậy, một cách như vậy thường đã dẫn đến việc nô lệ. Nhưng trong Cộng Đồng Vĩ Đại, bạn dễ bị tấn công hơn và phải trở nên thông thái hơn, cẩn trọng hơn và có khả năng tự cung cấp hơn. Sự thiếu thận trọng ở đây dẫn đến một cái giá to lớn và sự bất hạnh to lớn.

Nếu bạn có thể đáp lại Tri Thức và học Con Đường của Tri Thức của Cộng Đồng Vĩ Đại, bạn sẽ có thể tự thấy những điều này. Rồi bạn sẽ xác nhận lời nói của chúng tôi thay vì chỉ tin chúng hay chối bỏ chúng. Đấng Tạo Hoá đang giúp việc này xảy ra, bởi vì Đấng Tạo Hoá ý muốn cho nhân loại chuẩn bị cho tương lai của nó. Đó là tại sao chúng tôi đã đến. Đó là tại sao chúng tôi đang theo dõi và bây giờ có cơ hội để báo cáo điều chúng tôi thấy.

Những truyền thống tín ngưỡng của thế giới nói tốt cho bạn trong những giáo huấn căn bản của chúng. Chúng tôi đã có cơ hội để học về chúng từ Những Người Vô Hình. Những chúng cũng tượng trưng cho một điểm yếu tiềm năng. Nếu con người cảnh giác hơn và hiểu biết về thực tế của sự sống trong Cộng Đồng Vĩ Đại và ý nghĩa của sự viếng thăm quá sớm, những nguy cơ của bạn sẽ không lớn như ngày hôm nay. Có hi vọng và sự mong đợi rằng một sự viếng thăm như vậy sẽ mang đến những phần thưởng to lớn và sẽ là một sự toại nguyện cho bạn. Nhưng bạn chưa có thể học về thực tế của Cộng Đồng Vĩ Đại hay về những thế lực đầy quyền lực đang tương tác với thế giới của bạn. Sự thiếu hiểu biết và lòng tin tưởng quá sớm với những vị khách không giúp cho bạn.

Đó là cho lý do này mà những người thông thái xuyên suốt Cộng Đồng Vĩ Đại luôn ẩn mình. Họ không tìm thương mại trong Cộng Đồng Vĩ Đại. Họ không tìm cách để thành một phần của những nghiệp đoàn hay những hợp tác xã giao dịch. Họ không tìm ngoại giao với nhiều thế giới. Hệ thống đồng minh của họ thì bí ẩn hơn, thánh linh hơn về bản chất. Họ hiểu những rủi ro và những khó khăn của việc tiếp xúc với thực tế của sự sống trong vũ trụ hữu hình. Họ giữ sự cách ly của họ, và họ luôn cảnh giác ở biên giới của họ. Họ chỉ tìm cách để lan rộng sự khôn ngoan của họ thông qua những cách thức mà về bản chất thì ít hữu hình.

Trong thế giới riêng của bạn, có lẽ, bạn có thể thấy điều này được thể hiện trong những người mà là thông thái nhất, có tài nhất, những người không tìm lợi thế cá nhân thông qua những con đường thương mại và những người không bị hấp dẫn bởi sự chinh phục và sự thao túng. Thế giới riêng của bạn kể cho bạn rất nhiều. Lịch sử riêng của bạn kể cho bạn rất nhiều và minh họa, mặc dù trong một quy mô nhỏ hơn, mọi thứ mà chúng tôi đang trình bày cho bạn ở đây.

Do đó, đó là ý định của chúng tôi không chỉ để cảnh báo bạn về tầm nghiêm trọng của tình hình của bạn nhưng cũng để trao cho bạn, nếu chúng tôi có thể, một nhận thức và hiểu biết lớn hơn về cuộc sống, điều mà bạn sẽ cần. Và chúng tôi tin tưởng rằng sẽ có đủ người có thể lắng nghe những lời này và đáp trả lại sự vĩ đại của Tri Thức. Chúng tôi hi vọng sẽ có những người nhận ra rằng những thông điệp của chúng tôi không phải ở đây để gợi lên sự sợ hãi và hoảng loạn nhưng để đem đến trách nhiệm và sự cam kết cho sự bảo tồn của tự do và điều tốt đẹp trong thế giới của bạn.

Nếu nhân loại thất bại trong việc chống lại Sự Can Thiệp, chúng tôi có thể mô tả điều này có thể nghĩa là gì. Chúng tôi đã thấy điều này ở nơi khác, bởi vì mỗi người trong chúng tôi đã đến rất gần điều này, trong những thế giới riêng của chúng tôi. Trở thành một phần của tập đoàn, hành tinh Trái Đất sẽ bị khai thác mỏ cho những nguồn tài nguyên của nó, con người của nó sẽ bị nhốt để làm việc và những người phiến loạn và dị giáo sẽ bị cách ly hay diệt trừ. Thế giới sẽ được bảo tồn cho những lợi ích nông nghiệp và khai thác mỏ của nó. Những cộng đồng loài người sẽ tồn tại, nhưng chỉ trong sự lệ thuộc vào những quyền lực từ bên ngoài thế giới của bạn. Và nếu thế giới cạn kiệt hữu ích của nó, nếu những nguồn tài nguyên của nó bị lấy đi hết, thì bạn sẽ bị bỏ lại, mất hết. Sự sống hỗ trợ trên thế giới của bạn sẽ bị tước khỏi bạn; ngay chính những công cụ cho sự tồn tại sẽ bị lấy cắp. Điều này đã xảy ra trước đây ở nhiều nơi khác.

Trong trường hợp của thế giới này, những tập đoàn có thể chọn để bảo tồn thế giới cho việc sử dụng thường trực như là một vị trí chiến lược và như một nhà kho sinh học. Nhưng cộng đồng loài người sẽ chịu đau khổ khủng khiếp dưới sự thống trị áp bức như vậy. Dân số loài người sẽ bị giảm xuống. Sự quản lý của loài người sẽ được trao cho những loài đã được gây giống để cai quản loài người trong một trật tự mới. Tự do con người mà bạn biết sẽ không còn tồn tại nữa, và bạn sẽ chịu đau khổ dưới sức nặng của sự thống trị từ bên ngoài, một sự thống trị mà sẽ là khắc nghiệt và nhiều đòi hỏi.

Có nhiều tập đoàn trong Cộng Đồng Vĩ Đại. Một vài thì lớn; một vài thì nhỏ. Một vài thì có đạo đức hơn trong cách thức của họ; nhiều tập đoàn thì không. Trong phạm vi họ cạnh tranh với nhau để giành cơ hội, giống như luật lệ của thế giới của bạn, những hành vi nguy hiểm có thể bị vi phạm. Chúng tôi phải đưa minh họa này để bạn không nghi ngờ về điều chúng tôi đang nói. Những lựa chọn trước mắt bạn là rất ít, nhưng rất căn bản.

Do đó, hãy hiểu rằng từ quan điểm của những vị khách của bạn, toàn thể các bạn là những bộ tộc cần được quản lý và điều khiển để phục vụ quyền lợi của những vị khách. Cho việc này, những tôn giáo của bạn và một phần của thực tế xã hội của bạn sẽ được bảo tồn. Nhưng bạn sẽ mất rất nhiều. Và phần lớn sẽ bị mất trước khi bạn nhận ra điều gì đã bị tước khỏi bạn. Do đó, chúng tôi chỉ có thể chủ trương sự cảnh giác, trách nhiệm và cam kết để học – để học về sự sống trong Cộng Đồng Vĩ Đại, để học cách để bảo tồn nền văn hoá riêng của bạn và thực tế riêng của bạn trong một môi trường vĩ đại hơn và để học cách để thấy ai ở đây để giúp bạn và phân biệt họ khỏi những loài không phải vậy. Khả năng phân biệt vĩ đại này là rất cần thiết trong thế giới, ngay cả cho giải pháp cho những khó khăn riêng của bạn. Nhưng đối với sự tồn tại và phúc lợi của bạn trong Cộng Đồng Vĩ Đại, nó là cực kỳ thiết yếu.

Do đó, chúng tôi khích lệ bạn vững tin. Chúng tôi còn thêm để chia sẻ với bạn.

Ngưỡng Cửa: Một Hi Vọng Mới cho Nhân Loại

Để chuẩn bị cho sự hiện diện của người ngoài hành tinh đang ở trong thế giới, đó là cần thiết để học thêm về sự sống trong Cộng Đồng Vĩ Đại, sự sống mà sẽ bao trùm thế giới của bạn trong tương lai, sự sống mà bạn sẽ là một phần.

Định mệnh của nhân loại đã luôn là để trỗi vào một Cộng Đồng Vĩ Đại của sự sống thông minh. Điều này là không tránh khỏi và diễn ra trong tất cả các thế giới nơi mà sự sống thông minh đã được gieo giống và đã phát triển. Cuối cùng thì, bạn sẽ nhận ra rằng bạn đã sống trong một Cộng Đồng Vĩ Đại. Và, cuối cùng thì, bạn sẽ thấy rằng bạn đã không cô độc trong thế giới riêng của bạn, rằng sự viếng thăm đã luôn xảy ra và rằng bạn sẽ phải học cách để đối phó với những chủng loài, những thế lực, những niềm tin và những thái độ khác nhau mà phổ biến trong Cộng Đồng Vĩ Đại nơi bạn sống.

Việc trỗi vào Cộng Đồng Vĩ Đại là định mệnh của bạn. Sự cô lập của bạn bây giờ đã hết. Mặc dù thế giới của bạn đã được viếng thăm nhiều lần trong quá khứ, tình trạng cô lập của bạn đã chấm dứt. Bây giờ đó là cần thiết để bạn nhận ra rằng bạn không còn cô lập nữa - trong vũ trụ hay ngay cả trong thế giới của riêng bạn. Sự hiểu biết này được trình bày đầy đủ hơn trong Giáo Huấn về Thánh Linh trong Cộng Đồng Vĩ Đại mà đang được trình bày trong thế giới ngày hôm nay. Vai trò của chúng tôi ở đây là để mô tả sự sống như là nó tồn tại trong Cộng Đồng Vĩ Đại để mà bạn có thể có một hiểu biết sâu sắc hơn về tầm rộng vĩ đại của sự sống mà bạn đang trổi vào. Điều này là cần thiết để bạn có thể tiếp cận thực tế mới này với sự khách quan, hiểu biết và sự khôn ngoan to lớn hơn. Nhân loại đã sống trong sự cô lập tương đối quá lâu mà đó là tự nhiên để bạn nhìn nhận rằng toàn thể vũ trụ còn lại hoạt động theo như những ý tưởng, quy luật và khoa học mà bạn xem là linh thiêng và bạn dựa những hoạt động và những nhận thức của bạn về thế giới trên đó.

Cộng Đồng Vĩ Đại thì bao la. Những vùng rìa xa nhất của nó chưa từng được khám phá. Nó vĩ đại hơn bất kỳ chủng loại nào có thể hiểu được. Trong tạo hoá tuyệt vời này, sự sống thông minh tồn tại ở tất cả mọi mức độ của quá trình tiến hoá và trong vô số biểu hiện. Thế giới của bạn tồn tại trong một phần của Cộng Đồng Vĩ Đại mà khá được cư ngụ nhiều. Có nhiều nơi trong Cộng Đồng Vĩ Đại mà chưa bao giờ được khám phá và những nơi khác mà những chủng loài sống trong bí mật. Mọi thứ tồn tại trong Cộng Đồng Vĩ Đại trong sự hiển hình của sự sống. Và mặc dù sự sống mà chúng tôi đang mô tả có vẻ khó khăn và đầy thử thách, Đấng Tạo Hoá hoạt động ở mọi nơi, giành lại những loài bị phân ly thông qua Tri Thức.

Trong Cộng Đồng Vĩ Đại, không thể có một tôn giáo, một hệ tư tưởng hay một hình thức chính quyền mà có thể được áp dụng cho tất cả mọi chủng loài và tất cả mọi dân cư. Do đó, khi chúng tôi nói về tôn giáo, chúng tôi nói về thánh linh của Tri Thức, bởi vì đây là quyền lực và sự hiện diện của Tri Thức cư ngụ trong tất cả mọi sự sống thông minh - bên trong bạn, bên trong những vị khách của bạn và bên trong những chủng loài khác mà bạn sẽ chạm trán trong tương lai.

Do đó, thánh linh vũ trụ trở thành một điểm trọng tâm. Nó đem đến với nhau những hiểu biết và những ý kiến khác biệt mà phổ biến trong thế giới của bạn và trao cho thực tế thánh linh riêng của bạn một nền tảng chung. Nhưng việc học về Tri Thức không chỉ soi sáng thức, nó là thiết yếu cho sự tồn tại và sự tiến bộ trong Cộng Đồng Vĩ Đại. Để bạn có thể thiết lập và giữ gìn tự do và sự độc lập của bạn trong Cộng Đồng Vĩ Đại, bạn phải có khả năng vĩ đại này được phát triển giữa đủ người trong thế giới của bạn. Tri Thức là phần duy nhất của bạn mà không thể bị thao túng hay ảnh hưởng. Nó là cội nguồn của tất cả những hiểu biết và hành động khôn ngoan. Nó trở thành một điều cần thiết trong môi trường Cộng Đồng Vĩ Đại nếu tự do được xem trọng và nếu bạn muốn thiết lập định mệnh của riêng bạn và không bị hội nhập vào một tập đoàn hay một xã hội khác.

Do đó, trong khi chúng tôi trình bày về một tình trạng nghiêm trọng trong thế giới ngày hôm nay, chúng tôi cũng trao cho một món quà vĩ đại và một lời hứa hẹn vĩ đại cho nhân loại, bởi vì Đấng Tạo Hoá sẽ không để bạn chưa sẵn sàng cho Cộng Đồng Vĩ Đại, điều là lớn nhất trong tất cả mọi ngưỡng cửa mà chủng loài của bạn sẽ đối mặt. Chúng tôi cũng đã được ban ơn lành với món quà này. Nó đã ở trong tay chúng tôi trong nhiều thế kỷ của bạn. Chúng tôi đã phải học về nó bởi chọn lựa và bởi sự cần thiết.

Thật vậy, đó là sự hiện diện và quyền lực của Tri Thức mà giúp chúng tôi phát ngôn như là Những Đồng Minh của bạn và để trao thông tin mà chúng tôi đang đưa trong những bài chỉ dẫn này. Nếu chúng tôi chưa bao giờ tìm thấy khải huyền vĩ đại này, chúng tôi sẽ bị cô lập trong những thế giới riêng của chúng tôi, không thể hiểu được những thế lực to lớn hơn trong vũ trụ mà sẽ định hình tương lai của chúng tôi và định mệnh của chúng tôi. Bởi vì món quà đang được trao cho thế giới của bạn ngày hôm nay đã được trao cho chúng tôi và cho nhiều chủng loài khác mà đã biểu lộ sự hứa hẹn. Món quà này đặc biệt quan trọng cho những chủng loài đang trỗi lên như chủng loài của bạn, những chủng loài mang sự hứa hẹn như vậy nhưng cũng rất dễ bị tác động trong Cộng Đồng Vĩ Đại.

Do đó, trong khi không thể chỉ có một tôn giáo hay hệ tư tưởng trong vũ trụ, có một nguyên lý, hiểu biết và thực tế thánh linh thuộc về vũ trụ được dành cho tất cả mọi loài. Nó quá trọn vẹn mà nó có thể nói với những loài rất khác biệt so với bạn. Nó nói với sự đa dạng của sự sống trong tất cả những hữu hình của nó. Bạn, sống trong thế giới của bạn, bây giờ có cơ hội để học về một thực tế vĩ đại như vậy, để tự trải nghiệm quyền lực và ơn lành của nó. Thật vậy, cuối cùng đây là món quà mà chúng tôi muốn củng cố, bởi vì điều này sẽ bảo tồn tự do và quyền tự quyết của bạn và sẽ mở cánh cửa đến một sự hứa hẹn vĩ đại hơn trong vũ trụ.

Tuy nhiên, bạn có tai họa và một thử thách to lớn lúc đầu. Điều này đòi hỏi bạn học về một Tri Thức sâu thẳm hơn và một nhận thức vĩ đại hơn. Nếu bạn có thể đáp lại thử thách này, bạn trở thành người hưởng lợi không chỉ cho bản thân, nhưng cho toàn thể chủng loài của bạn.

Giáo huấn về Thánh Linh trong Cộng Đồng Vĩ Đại đang được trình bày trong thế giới ngày hôm nay. Nó chưa từng được trình bày ở đây trước kia. Nó đang được trao thông qua một người, người phục vụ như một trung gian và người phát ngôn cho Truyền Thống này. Nó đang được gửi vào thế giới vào thời điểm nguy cấp này khi nhân loại phải học về sự sống của nó trong Cộng Đồng Vĩ Đại và về những thế lực to lớn hơn đang định hình thế giới ngày hôm nay.

Chỉ một giáo huấn và sự hiểu biết từ bên ngoài thế giới mới có thể đưa cho bạn lợi thế này và sự chuẩn bị này.

Bạn không cô lập trong việc thực hiện một trách nhiệm vĩ đại như vậy, bởi vì có những loài khác trong vũ trụ đang thực hiện điều này, ngay cả ở mức độ phát triển của bạn. Bạn chỉ là một trong nhiều chủng loài đang trỗi vào Cộng Đồng Vĩ Đại vào lúc này. Mỗi loài mang hứa hẹn nhưng mỗi loài dễ bị tác động bởi những khó khăn, thử thách và ảnh hưởng đang tồn tại trong môi trường to lớn hơn này. Thật vậy, nhiều chủng loài đã đánh mất tự do của họ trước khi nó từng được đạt lấy để chỉ trở thành một phần của những tập đoàn hay những liên đoàn thương mại hay những chính quyền thân chủ cho những quyền lực to lớn hơn.

Chúng tôi không muốn thấy điều này xảy ra cho nhân loại, bởi vì điều này sẽ là một sự mất mát to lớn. Đó là cho lý do này mà chúng tôi đang ở đây. Đó là cho lý do này mà Đấng Tạo Hoá đang hoạt động trong thế giới ngày hôm nay, đem đến một hiểu biết mới cho gia đình loài người. Dây là thời điểm cho nhân loại để chấm dứt những mâu thuẫn vô tận của nó với bản thân và để chuẩn bị cho sự sống trong Cộng Đồng Vĩ Đại.

Bạn sống trong một khu vực có rất nhiều hoạt động bên ngoài phạm vi của hệ mặt trời nhỏ xíu của bạn. Trong khu vực này, giao dịch được diễn ra trên những đại lộ nhất định. Những thế giới tiếp xúc, cạnh tranh và đôi khi mâu thuẫn với nhau. Những cơ hội đang được tìm kiếm bởi tất cả những loài quan tâm về thương mại. Họ tìm kiếm không chỉ những nguồn tài nguyên nhưng cũng đồng minh từ những thế giới như thế giới của bạn. Một vài là một phần của những tập đoàn lớn hơn. Những loài khác có đồng minh riêng của họ nhưng ở quy mô nhỏ hơn nhiều. Những thế giới có thể trỗi vào Cộng Đồng Vĩ Đại một cách thành công đã phải giữ quyền tự chủ mà khả năng tự cung cấp của họ ở một mức độ cao.

Điều này giải phóng họ khỏi sự tiếp xúc với những thế lực khác mà chỉ sẽ bóc lột và thao túng họ.

Nó thật chính là khả năng tự cung cấp của bạn và sự phát triển của sự hiểu biết của bạn và sự thống nhất mà sẽ trở thành thiết yếu nhất cho phúc lợi của bạn trong tương lai. Và tương lai này không còn xa nữa, bởi vì ảnh hưởng của những vị khách của bạn đang trở nên lớn hơn trong thế giới của bạn. Nhiều cá nhân đã quy phục theo họ rồi và ngay lúc này phục vụ như những phái viên và người trung gian của họ. Nhiều cá nhân khác đơn giản phục vụ như nguồn nguyên liệu cho chương trình gene của họ. Điều này đã xảy ra, như chúng tôi đã nói, nhiều lần ở nhiều nơi. Đó không phải là điều bí ẩn với chúng tôi mặc dù đó có vẻ là không thể hiểu được đối với bạn.

Sự Can Thiệp là một bất hạnh và một cơ hội thiết yếu. Nếu bạn có thể đáp lại, nếu bạn có thể chuẩn bị, nếu bạn có thể học về Tri Thức và Minh Triết của Cộng Đồng Vĩ Đại, thì bạn sẽ có thể chống lại những thế lực đang can thiệp trong thế giới của bạn và xây dựng nền tảng cho sự thống nhất vĩ đại hơn giữa con người và những bộ tộc của bạn. Chúng tôi, dĩ nhiên, khích lệ điều này, bởi vì điều này củng cố mối liên kết của Tri Thức ở khắp nơi.

Trong Cộng Đồng Vĩ Đại, chiến tranh trên một quy mô lớn hiếm khi xảy ra. Có những thế lực hạn chế. Một điều là, chiến tranh xáo trộn thương mại và sự phát triển tài nguyên. Bởi vậy, những quốc gia lớn không được phép hành xử một cách thiếu thận trọng, bởi vì nó cản trở hay chống lại mục tiêu của những nhóm khác, những quốc gia khác và những lợi ích khác. Nội chiến đôi khi xảy ra trong các thế giới, nhưng chiến tranh quy mô lớn giữa những xã hội và giữa các thế giới thì thật sự hiếm. Một phần vì lý do này mà kỹ năng trong môi trường tinh thần đã được thiết lập, bởi vì những quốc gia có cạnh tranh với nhau và cố gắng ảnh hưởng nhau. Bởi vì không ai muốn phá hủy những nguồn tài nguyên và những cơ hội, những kỹ năng và khả năng lớn hơn này được trau dồi với nhiều mức độ thành công khác nhau giữa nhiều xã hội trong Cộng Đồng Vĩ Đại. Khi những kiểu ảnh hưởng như vậy hiện diện, nhu cầu cho Tri Thức càng lớn hơn.

Nhân loại thì chưa hề chuẩn bị cho điều này. Nhưng bởi vì truyền thống thánh linh sâu đậm của bạn và mức độ tự do cá nhân tồn tại trong thế giới của bạn ngày hôm nay, có niềm hi vọng rằng bạn có thể tiến bước trong sự hiểu biết vĩ đại hơn này và do đó bảo đảm tự do của bạn và giữ gìn nó.

Có những hạn chế khác chống lại chiến tranh trong Cộng Đồng Vĩ Đại. Phần lớn các xã hội thuộc về những liên đoàn lớn mà đã thiết lập luật lệ và quy luật hành xử cho các thành viên của họ. Những thứ này hạn chế hoạt động của những loài tìm cách dùng vũ lực để giành quyền tiếp cận với những thế giới khác và những nguồn tài nguyên chủ quyền của chúng. Để cho chiến tranh nổ ra trên quy mô lớn, nhiều chủng loài sẽ phải tham gia, và điều này không xảy ra thường xuyên. Chúng tôi hiểu rằng loài người rất hiếu chiến và suy nghĩ về mâu thuẫn trong Cộng Đồng Vĩ Đại theo hướng chiến tranh, nhưng trong thực tế bạn sẽ thấy rằng điều này không được khoan dung và những cách thuyết phục khác được áp dụng thay cho vũ lực.

Do đó, những vị khách của bạn đến thế giới của bạn không với lực lượng vũ trang hùng mạnh. Họ không đến với những thế lực quân sự to lớn, bởi vì họ dùng những kỹ năng đã phục vụ cho họ theo cách khác - những kỹ năng trong việc điều khiển ý nghĩ, thôi thúc và cảm xúc của những người họ tiếp xúc. Loài người thì rất dễ bị ảnh hưởng bởi những sự thuyết phục như vậy bởi vì tình trạng của sự mê tín, mâu thuẫn và không tin tưởng đang phổ biến trong thế giới của bạn ngay lúc này.

Do đó, để hiểu những vị khách của bạn và để hiểu những loài khác mà bạn sẽ chạm trán trong tương lai, bạn phải thiết lập một cách thức chín chắn hơn về việc sử dụng quyền lực và sức ảnh hưởng. Đây là một phần thiết yếu của giáo dục về Cộng Đồng Vĩ Đại của bạn. Một phần của việc chuẩn bị cho điều này sẽ được trao cho trong Giáo Huấn về Thánh Linh trong Cộng Đồng Vĩ Đại, nhưng bạn cũng phải học thông qua việc trải nghiệm trực tiếp.

Ngay lúc này, chúng tôi hiểu được, có một cách nhìn rất hoà nhoáng về Cộng Đồng Vĩ Đại trong nhiều người. Nó được tin rằng những loài tiến bộ về công nghệ thì cũng tiến bộ về thánh linh, nhưng chúng tôi có thể đảm bảo cho bạn rằng nó không phải như vậy. Chính bản thân bạn, mặc dù tiến bộ hơn về công nghệ bây giờ so với trước kia, đã chưa tiến bộ về thánh linh ở mức độ cao. Bạn có nhiều quyền lực hơn, nhưng quyền lực đi với nhu cầu cho nhiều sự kìm chế hơn.

Có những loài trong Cộng Đồng Vĩ Đại mà có nhiều quyền lực hơn nhiều so với bạn trên mức độ công nghệ và ngay cả trên mức độ suy nghĩ. Bạn sẽ tiến hoá để đối phó với họ, nhưng vũ khí sẽ không là trọng tâm của bạn.

Bởi vì chiến tranh giữa các hành tinh thì quá đầy sức huỷ hoại nên mọi người sẽ thua cuộc. Cái gì là chiến lợi phẩm cho một mâu thuẫn như vậy? Lợi thế nào mà nó có thể bảo đảm? Đúng vậy, khi mâu thuẫn như vậy hiện diện, nó xảy ra trong không trung và hiếm khi trong mặt đất. Những quốc gia gian xảo và những loài đầy sức phá hoại và hung hăng thì được nhanh chóng chống lại, đặc biệt nếu chúng hiện diện trong những khu vực đông dân cư nơi mà thương mại diễn ra.

Do đó, đó là cần thiết để bạn hiểu được bản chất của mâu thuẫn trong vũ trụ bởi vì điều này sẽ đưa cho bạn cái nhìn thấu vào những vị khách và những nhu cầu của họ - tại sao họ hoạt động theo cách họ làm, tại sao tự do cá nhân không được biết giữa họ và tại sao họ dựa vào những tập đoàn của họ. Điều này trao cho họ sự ổn định và quyền lực, nhưng cũng khiến họ dễ bị tác động bởi những loài giỏi với Tri Thức.

Tri Thức giúp bạn suy nghĩ theo nhiều cách, để hành động tự phát, để nhận thức thực tế ngoài điều hiển nhiên và để trải nghiệm tương lai và quá khứ. Những khả năng như vậy vượt khỏi tầm với của những ai mà chỉ có thể đi theo chế độ và mệnh lệnh của những nền văn hoá của họ. Bạn thua xa những vị khách về công nghệ, nhưng bạn có sự hứa hẹn để phát triển những kỹ năng trong Con Đường của Tri Thức, những kỹ năng mà bạn sẽ cần và phải học để ngày càng dựa vào.

Chúng tôi sẽ không phải là Những Đồng Minh của Nhân Loại nếu chúng tôi không dạy cho bạn về sự sống trong Cộng Đồng Vĩ Đại. Chúng tôi đã thấy nhiều. Chúng tôi đã chạm trán nhiều điều khác nhau. Những thế giới của chúng tôi đã bị mất tự chủ và chúng tôi đã phải giành lại tự do của chúng tôi. Chúng tôi biết, từ sai lầm và từ kinh nghiệm, bản chất của mâu thuẫn và thử thách mà bạn đối mặt ngày hôm nay. Đó là tại sao chúng tôi thích hợp cho sứ mệnh này trong phụng vụ của chúng tôi cho bạn. Tuy nhiên, bạn sẽ không gặp chúng tôi, và chúng tôi sẽ không đến để gặp những nhà lãnh đạo của các quốc gia của bạn. Đó không phải là mục đích của chúng tôi.

Thật vậy, bạn cần ít nhất sự can thiệp, nhưng bạn cần rất nhiều sự hỗ trợ. Có những kỹ năng mới mà bạn phải phát triển và một sự hiểu biết mới mà bạn phải đạt được. Ngay cả một xã hội nhân từ, nếu họ đến thế giới của bạn, sẽ có một sức ảnh hưởng và sự tác động lớn lên bạn đến nỗi mà bạn sẽ trở nên lệ thuộc vào họ và sẽ không thiết lập sức mạnh của riêng bạn, quyền lực của riêng bạn và khả năng tự cung cấp của riêng bạn. Bạn sẽ trở nên quá phụ thuộc vào công nghệ của họ và vào sự hiểu biết của họ mà họ sẽ không thể rời bỏ bạn. Và thật vậy, sự có mặt của họ ở đây sẽ khiến bạn trở nên dễ bị ảnh hưởng hơn bởi sự can thiệp trong tương lai. Bởi vì bạn sẽ mong muốn công nghệ của họ, và bạn sẽ muốn du hành dọc theo những hành lang giao dịch trong Cộng Đồng Vĩ Đại. Nhưng bạn sẽ không được chuẩn bị, và bạn sẽ không thông thái.

Đó là tại sao những người bạn tương lai của bạn đang không ở đây. Đó là tại sao họ sẽ không đến để giúp bạn. Bởi vì bạn sẽ không trở nên mạnh mẽ nếu họ làm vậy. Bạn sẽ muốn liên kết với họ, bạn sẽ muốn có liên minh với họ, nhưng bạn sẽ trở nên quá yếu để có thể bảo vệ bản thân. Căn bản là, bạn sẽ trở thành một phần của nền văn hóa của họ, điều mà họ không muốn.

Có lẽ nhiều người sẽ không thể hiểu được điều chúng tôi đang nói ở đây, nhưng rồi bạn sẽ thấy điều này hoàn toàn có lý, và bạn sẽ thấy sự thông thái của nó và sự cần thiết của nó. Ngay thời điểm này, bạn quá yếu ớt, quá bị phân tâm và quá mâu thuẫn để tạo những liên minh mạnh, ngay cả với những loài mà có thể sẽ là những người bạn tương lai của bạn. Nhân loại chưa thể có một tiếng nói chung, và do đó bạn dễ bị tác động bởi sự can thiệp và điều khiển từ bên ngoài.

Khi thực tế của Cộng Đồng Vĩ Đại được biết nhiều hơn trong thế giới của bạn, và nếu thông điệp của chúng tôi có thể chạm đến đủ người, rồi thì sẽ có một sự nhất trí ngày càng tăng rằng có một vấn đề vĩ đại đang đối mặt với nhân loại. Điều này có thể tạo ra một nền tảng mới cho sự hợp tác và sự nhất trí. Bởi vì lợi thế nào mà một quốc gia trong thế giới của bạn có thể đạt được trên những quốc gia khác khi mà toàn thế giới bị đe dọa bởi Sự Can Thiệp? Và ai có thể tìm cách để đạt được quyền lực cá nhân trong một môi trường nơi mà những thế lực ngoài hành tinh đang can thiệp? Nếu tự do là chân thật trong thế giới, nó phải được chia sẻ. Nó phải được nhận ra và được biết đến. Nó không thể là đặc quyền của một vài người hay sẽ không thể có sức mạnh chân thật ở đây.

Chúng tôi hiểu từ Những Người Vô Hình rằng đang có những người tìm kiếm sự thống trị thế giới bởi vì họ tin rằng họ có lời chúc phúc và sự ủng hộ của những vị khách. Họ có sự bảo đảm của những vị khách rằng họ sẽ được hỗ trợ trong hành trình tìm kiếm quyền lực của họ. Nhưng rồi, họ đang cho đi cái gì ngoài chìa khoá cho tự do riêng của họ và tự do của thế giới của họ? Họ không biết và không thông thái. Họ không thể thấy sai lầm của họ.

Chúng tôi cũng hiểu rằng có những người tin rằng những vị khách đang ở đây để đại diện cho sự phục hưng thánh linh và một niềm hi vọng mới cho nhân loại, nhưng làm sao họ có thể biết, họ-những người không biết gì về Cộng Đồng Vĩ Đại? Đó là niềm hi vọng của họ và khao khát của họ rằng đây sẽ là trường hợp, và những mong ước như vậy được thích nghi bởi những vị khách, bởi vì những lý do rất hiển nhiên.

Điều chúng tôi đang nói ở đây là có tự do chân thật trong thế giới, quyền lực chân thật và sự thống nhất chân thật. Chúng tôi đưa thông điệp của chúng tôi đến mọi người, và chúng tôi tin rằng lời nói của chúng tôi có thể được nhận lãnh và được xem xét một cách nghiêm túc. Nhưng chúng tôi không có sự điều khiển trên phản ứng của bạn. Và những mê tín dị đoan và những nỗi sợ hãi của thế giới có thể khiến thông điệp của chúng tôi ngoài tầm với của nhiều người. Nhưng sự hứa hẹn vẫn ở đó. Để trao thêm cho bạn, chúng tôi sẽ phải tiếp quản thế giới của bạn, điều chúng tôi không muốn làm. Do đó, chúng tôi trao cho tất cả những gì chúng tôi có thể trao mà không can thiệp vào những vấn đề của bạn. Nhưng có nhiều người muốn sự can thiệp. Họ muốn được giải cứu và cứu rỗi bởi người nào khác. Họ không tin vào những khả năng của loài người. Họ không tin vào sức mạnh và khả năng vốn có của loài người. Họ sẽ trao đi tự do của họ một cách tự nguyện. Họ sẽ tin vào điều họ được bảo bởi những vị khách. Và họ sẽ phục vụ những chủ nhân mới của họ, nghĩ rằng điều họ đang được đưa là sự giải phóng của riêng họ.

Tự do là một điều quý giá trong Cộng Đồng Vĩ Đại. Đừng bao giờ quên điều này. Tự do của bạn, tự do của chúng tôi. Và điều gì là tự do ngoài khả năng đi theo Tri Thức, thực tế mà Đấng Tạo Hoá đã trao cho bạn, và để thể hiện Tri Thức và để đóng góp Tri Thức trong tất cả những biểu hiện của nó?

Những vị khách của bạn không có tự do này. Họ không hề biết đến nó. Họ nhìn vào sự hỗn loạn của thế giới của bạn, và họ tin rằng trật tự mà họ sẽ áp đặt ở đây sẽ là cứu rỗi cho bạn và sẽ cứu bạn khỏi sự tự huỷ hoại bản thân của bạn. Điều này là tất cả những gì họ có thể đưa, bởi vì đây là tất cả những gì họ có. Và họ sẽ dùng bạn, nhưng họ không xem điều này là không đúng, bởi vì chính họ đang bị dùng và không biết lựa chọn nào khác cho việc này. Chương trình của họ, ảnh hưởng xã hội của họ, thì rất thấu đáo do đó để chạm đến nơi thánh linh sâu hơn của họ chỉ là một khả năng hi hữu. Bạn không có khả năng để làm việc này. Bạn sẽ phải trở nên mạnh mẽ hơn rất nhiều so với bản thân ngay lúc này để có ảnh hưởng nhằm giúp cứu rỗi những vị khách của bạn. Nhưng mà, sự tuân thủ của họ thì không quá bất thường trong Cộng Đồng Vĩ Đại. Nó rất phổ biến trong những tập đoàn lớn, nơi mà sự đồng nhất và sự tuân thủ là cần thiết cho hoạt động hiệu quả, đặc biệt trên những khu vực rộng lớn.

Do đó, đừng nhìn vào Cộng Đồng Vĩ Đại với sự sợ hãi, nhưng với sự khách quan. Những tình trạng mà chúng tôi đang mô tả ở đây tồn tại trong thế giới của bạn. Bạn có thể hiểu những điều này. Bạn biết về sự thao túng. Bạn biết về sự ảnh hưởng. Bạn chỉ chưa từng chạm trán những điều đó trên một mức độ to lớn như vậy, bạn cũng chưa từng phải cạnh tranh với những hình dạng khác của sự sống thông minh. Do đó, bạn chưa có những kỹ năng để làm như vậy.

Chúng tôi nói về Tri Thức bởi vì đó là khả năng vĩ đại nhất của bạn. Bất kể công nghệ nào mà bạn có thể phát triển trong tương lai, Tri Thức là hứa hẹn vĩ đại nhất của bạn. Bạn thua xa những vị khách trong sự phát triển công nghệ của bạn, do đó bạn phải dựa vào Tri Thức. Đó là thế lực vĩ đại nhất trong vũ trụ, và những vị khách của bạn không sử dụng nó. Nó là hi vọng duy nhất của bạn. Đó là tại sao Giáo Huấn về Thánh Linh trong Cộng Đồng Vĩ Đại dạy về Con Đường của Tri Thức, trao cho *Những Bước Đi đến Tri Thức* và dạy về Minh Triết và Sự Sáng Suốt trong Cộng Đồng Vĩ Đại. Không có sự chuẩn bị này, bạn sẽ không có kỹ năng hay tầm nhìn để hiểu được vấn đề của bạn hay để đáp lại nó một cách hiệu quả. Nó là quá lớn. Nó là quá mới. Và bạn chưa thích nghi với những hoàn cảnh mới này.

Ảnh hưởng của những vị khách đang lớn lên với từng ngày trôi qua. Mỗi người mà có thể nghe điều này, cảm nhận điều này và biết điều này phải học Con Đường của Tri Thức, Con Đường của Tri Thức trong Cộng Đồng Vĩ Đại. Đó là một tiếng gọi. Đó là một món quà. Đó là một thử thách.

Dưới những hoàn cảnh dễ chịu hơn, nhu cầu sẽ không có vẻ to lớn như vậy. Nhưng nhu cầu này là rất lớn, bởi vì không có sự an toàn, không có chỗ nào để trốn, không có chỗ lánh nạn nào trong thế giới mà an toàn khỏi sự hiện diện từ ngoài hành tinh mà đang ở đây. Đó là tại sao chỉ có hai lựa chọn: bạn có thể quy phục hay bạn có thể trỗi dậy cho tự do của bạn.

Đây là quyết định to lớn đối mặt với mỗi người. Đây là điểm ngoặt to lớn. Bạn không thể khờ khạo trong Cộng Đồng Vĩ Đại. Nó là một môi trường rất đòi hỏi. Nó đòi hỏi sự xuất sắc, cam kết. Thế giới của bạn quá có giá trị. Những nguồn tài nguyên ở đây được ham muốn bởi những loài khác. Ngay cả khi bạn sống ở một thế giới hẻo lánh tách xa khỏi bất kỳ con đường giao dịch nào, tách xa khỏi bất kỳ liên kết thương mại nào, cuối cùng thì bạn cũng sẽ bị khám phá bởi ai đó. Tình huống có thể xảy ra này đã đến với bạn ngay lúc này. Và nó đã diễn ra lâu rồi.

Do đó, hãy vững tin. Đây là thời điểm cho lòng can đảm, không phải sự lưỡng lự. Tầm nghiêm trọng của tình cảnh đang đối mặt bạn chỉ xác định sự quan trọng của cuộc sống của bạn và phản ứng của bạn và sự quan trọng của sự chuẩn bị đang được trao cho thế giới của bạn ngày hôm nay. Nó không chỉ cho sự soi sáng tri thức và sự tiến bộ của bạn. Nó cũng là cho sự bảo vệ của bạn và sự sinh tồn của bạn.

Hỏi & Trả Lời*

Chúng tôi cảm thấy rằng đây là quan trọng, dựa vào thông tin mà chúng tôi đã đưa cho đến nay, để trả lời những câu hỏi mà chắc chắn sẽ trỗi lên về thực tế của chúng ta và tầm quan trọng của những thông điệp mà chúng tôi đã đến để trao cho.

◆

"Khi không có bằng chứng cụ thể, tại sao con người nên tin điều bạn đang kể cho họ về Sự Can Thiệp?"

Trước hết, phải có nhiều bằng chứng về sự viếng thăm thế giới của bạn. Chúng tôi đã được bảo như vậy. Nhưng chúng tôi cũng được bảo bởi Những Người Vô Hình rằng con người không biết làm sao để hiểu được bằng chứng và rằng họ tự cho nó ý nghĩa riêng của họ – một ý nghĩa mà họ muốn trao cho nó, một ý nghĩa mà hầu như sẽ đem đến sự an ủi và sự yên tâm. Chúng tôi chắc rằng có đủ bằng chứng để xác minh rằng Sự Can Thiệp đang xảy ra

---

* Những câu hỏi này đã được gửi đến Thư Viện Thông Điệp Mới bởi nhiều độc giả đầu tiên của Tài Liệu về Những Đồng Minh.

trong thế giới ngày hôm nay nếu con người dành thời gian để tìm hiểu và để điều tra vấn đề này. Việc những chính quyền của bạn hay những nhà lãnh đạo tôn giáo không tiết lộ những điều như vậy không có nghĩa là một sự kiện vĩ đại như vậy đang không xảy ra giữa các bạn.

◆

"Làm sao con người biết rằng bạn là thật?"

Về thực tế của chúng tôi, chúng tôi không thể hiện hình cho bạn, và do đó bạn phải phân biệt rõ ý nghĩa và tầm quan trọng của lời nói của chúng tôi. Ở thời điểm này, đó không chỉ là vấn đề về niềm tin. Nó đòi hỏi một nhận thức lớn hơn, một Tri Thức, một đồng cảm. Lời chúng tôi nói chúng tôi tin là thật, nhưng điều đó không bảo đảm rằng chúng có thể được nhìn nhận như vậy. Chúng tôi không thể điều khiển phản ứng đối với thông điệp của chúng tôi. Có người đòi hỏi nhiều bằng chứng hơn có thể có. Đối với những người khác, bằng chứng như vậy là không cần thiết, bởi vì họ sẽ cảm nhận được sự xác nhận bên trong họ.

Trong lúc đó, có lẽ chúng tôi vẫn còn là một vấn đề tranh cãi, nhưng chúng tôi hi vọng và chúng tôi tin rằng lời nói của chúng tôi có thể được xem xét một cách nghiêm túc và rằng nhiều bằng chứng đang tồn tại có thể được thu thập và được hiểu bởi những ai trong cuộc sống của họ sẵn sàng nỗ lực và tập trung với việc này. Từ quan điểm của chúng tôi, không có vấn đề, thử thách và cơ hội nào quan trọng hơn để bạn tập trung vào.

Do đó, bạn đang ở điểm khởi đầu của một hiểu biết mới. Điều này đòi hỏi niềm tin và sự tin tưởng vào bản thân. Nhiều người sẽ phủ nhận lời nói của chúng tôi đơn giản bởi vì họ không tin là chúng tôi có thể tồn tại.

Những người khác có lẽ sẽ nghĩ rằng chúng tôi là một phần của sự thao túng nào đó đang được phủ lên trên thế giới. Chúng tôi không thể điều khiển những phản ứng này. Chúng tôi chỉ có thể tiếc lộ thông điệp của chúng tôi và sự hiện diện của chúng tôi trong cuộc sống của bạn, mặc dù sự hiện diện đó không cận kề. Sự hiện diện của chúng tôi ở đây không phải hết sức quan trọng, nhưng điều quan trọng chính là thông điệp mà chúng tôi đã đến để tiếc lộ và cái nhìn và hiểu biết vĩ đại hơn mà chúng tôi có thể trao cho bạn. Hành trình học của bạn phải bắt đầu từ một điểm nào đó. Mọi hành trình học bắt đầu từ khao khát để biết.

Chúng tôi hi vọng rằng thông qua những bài đàm luận của chúng tôi chúng tôi có thể ít nhất đạt được một phần của lòng tin của bạn để bắt đầu tiết lộ điều chúng tôi ở đây để trao tặng.

◆

"Bạn nói gì với những người xem Sự Can Thiệp như là một điều tích cực?"

Đầu tiên, chúng tôi hiểu về mong chờ của bạn rằng tất cả những thế lực từ bên ngoài liên quan đến hiểu biết, truyền thống và những niềm tin căn bản về tôn giáo của bạn. Ý nghĩ rằng có sự sống bình thường trong vũ trụ là một thử thách cho những giả thiết căn bản này. Từ quan điểm của chúng tôi và dựa vào trải nghiệm của những nền văn minh của chúng tôi, chúng tôi hiểu những mong chờ này. Trong quá khứ xa xôi, bản thân chúng tôi cũng có những mong chờ như vậy. Nhưng chúng tôi đã phải từ bỏ chúng khi đối mặt với thực tế của sự sống trong Cộng Đồng Vĩ Đại và ý nghĩa của sự viếng thăm.

Bạn sống trong một vũ trụ vật chất vĩ đại. Nó đầy sự sống. Sự sống này tượng trưng cho vô số biểu hiện và cũng tượng trưng cho quá trình tiến hoá của sự thông minh và nhận thức thánh linh ở mọi mức độ. Điều này có nghĩa là điều bạn sẽ chạm trán trong Cộng Đồng Vĩ Đại bao gồm hầu hết mọi khả năng.

Tuy nhiên, bạn bị cô lập và chưa thể du hành trong không gian. Và ngay cả khi bạn có khả năng đi đến một thế giới khác, vũ trụ thì bao la, và chưa ai đạt được khả năng đi từ đầu này qua đầu kia của thiên hà ở bất kỳ vận tốc nào. Do đó, vũ trụ vật chất vẫn là khổng lồ và không thể hiểu hết được. Không ai làm chủ những quy luật của nó. Không ai thống trị những lãnh thổ của nó. Không ai có thể giành sự thống trị hay sự điều khiển toàn diện. Bằng cách này sự sống tạo nên sự khiêm nhường. Ngay cả ở xa ngoài biên giới của bạn điều này vẫn đúng.

Do đó bạn nên mong chờ rằng bạn sẽ gặp những sự sống thông minh đại diện cho những thế lực tốt, những thế lực ngu ngốc và những thế lực trung lập đối với bạn. Tuy nhiên, trong thực tế về du hành và thám hiểm trong Cộng Đồng Vĩ Đại, với những loài đang trỗi lên như bạn, hầu như không có ngoại lệ, chạm trán đầu tiên với sự sống trong Cộng Đồng Vĩ Đại sẽ là với những nhà thám hiểm tài nguyên, những tập đoàn và những loài đang tìm lợi thế cho bản thân.

Về việc giải nghĩa một cách tích cực cho việc viếng thăm, một phần của điều này là từ sự mong đợi của con người và từ sự khao khát tự nhiên cho kết quả tốt và để tìm sự giúp đỡ từ Cộng Đồng Vĩ Đại cho những vấn đề mà nhân loại tự nó chưa thể giải quyết. Đó là bình thường để mong đợi những điều này, đặc biệt khi bạn đang nhìn nhận rằng những vị khách của bạn có những khả năng lớn hơn bạn. Tuy nhiên, phần lớn của vấn đề về việc giải nghĩa cho việc viếng thăm vĩ đại liên quan đến ý muốn và động cơ của chính những vị khách. Bởi vì họ đang khuyến khích con người khắp nơi nhìn nhận sự hiện diện của họ ở đây như là hoàn toàn có ích cho nhân loại và cho những nhu cầu của con người.

◆

"Nếu Sự Can Thiệp này đang diễn ra từ lâu rồi, tại sao bạn đã không đến sớm hơn?"

Trước đây, nhiều năm trước, một vài nhóm đồng minh của bạn đã đến thăm thế giới của bạn để cố gắng đưa một thông điệp cho hi vọng, để chuẩn bị cho loài người. Nhưng cuối cùng thì những thông điệp của họ không thể được hiểu và đã bị sử dụng sai bởi số ít người có thể nhận lãnh chúng. Bởi vì họ đến, những vị khách từ những tập đoàn đã tập trung lực lượng và tụ họp ở đây. Chúng tôi đã biết việc này sẽ xảy ra, bởi vì thế giới của bạn quá có giá trị để bị xem nhẹ, và, như chúng tôi đã nói, nó không nằm trong chỗ xa xôi hẻo lánh của vũ trụ. Thế giới của bạn đã được quan sát trong một thời gian dài bởi những loài tìm cách sử dụng nó cho lợi ích riêng của họ.

◆

"Tại sao đồng minh của chúng tôi không thể ngăn chặn Sự Can Thiệp?"

Chúng tôi chỉ ở đây để quan sát và để khuyên nhủ. Những quyết định vĩ đại đối mặt nhân loại nằm trong tay bạn. Không ai khác có thể ra những quyết định này cho bạn. Ngay cả những người bạn tuyệt vời của bạn ở xa ngoài thế giới của bạn sẽ không can thiệp, bởi vì nếu họ làm như vậy, nó sẽ tạo ra chiến tranh, và thế giới của bạn sẽ trở thành một mặt trận giữa những thế lực đối lập. Và nếu những người bạn của bạn chiến thắng, bạn sẽ trở nên hoàn toàn lệ thuộc vào họ, không thể chống chọi cho bản thân hay giữ gìn an ninh riêng của bạn trong vũ trụ. Chúng tôi không biết chủng loài nhân từ nào muốn mang gánh nặng này. Và, thật sự, nó cũng sẽ chẳng giúp bạn.

Bởi vì bạn sẽ trở thành một chính quyền thân chủ cho một quyền lực khác và sẽ phải được cai quản từ xa. Điều này không có ích cho bạn trong mọi mặt, và đó là vì lý do này mà điều này không xảy ra. Nhưng những vị khách sẽ tự vẽ bản thân như là những đấng cứu rỗi và những người giải cứu nhân loại. Họ sẽ dùng sự ngây thơ của bạn. Họ sẽ lợi dụng trên những mong chờ của bạn, và họ sẽ tìm cách để có lợi hoàn toàn từ lòng tin của bạn.

Do đó, mong muốn chân thành của chúng tôi là lời nói của chúng tôi có thể là một liều thuốc giải cho sự hiện diện của họ và cho sự điều khiển và lạm dụng của họ. Bởi vì những quyền lợi của bạn đang bị xâm phạm. Lãnh thổ của bạn đang bị xâm nhập. Những chính phủ của bạn đang bị thuyết phục. Và những tư tưởng và những thúc đẩy về tôn giáo của bạn đang bị chuyển hướng.

Phải có một tiếng nói chân thật về vấn đề này. Và chúng tôi chỉ có thể tin tưởng là bạn có thể nhận lãnh tiếng nói chân thật này. Chúng tôi chỉ có thể hi vọng là sự thuyết phục đã không đi quá xa.

◆

"Đâu là những mục tiêu thực tiễn để chúng tôi đặt ra, và đâu là việc tối thiểu để cứu nhân loại khỏi việc đánh mất sự tự quyết của nó?"

Việc đầu tiên là nhận thức. Nhiều người phải nhận thức rằng Trái Đất đang bị viếng thăm và những quyền lực ngoài hành tinh đang hoạt động một cách bí mật ở đây, tìm cách để che dấu mục đích và việc làm của họ khỏi sự hiểu biết của con người. Nó phải trở nên rất rõ ràng rằng sự hiện diện của họ ở đây là một thử thách vĩ đại cho tự do và quyền tự quyết của con người. Mục tiêu mà họ đang thúc đẩy và Chương Trình Bình Định mà họ đang ủng hộ phải được chống lại với sự tỉnh táo và khôn ngoan về sự hiện diện của họ. Việc chống đối này phải xảy ra. Có nhiều người trong thế giới hôm nay có thể hiểu được điều này. Do đó, bước đầu tiên là nhận thức.

Bước thứ hai là giáo dục. Nhiều người trong nhiều nền văn hoá khác nhau và nhiều quốc gia khác nhau cần phải học về sự sống trong Cộng Đồng Vĩ Đại và bắt đầu hiểu việc bạn sẽ phải đối phó và đang đối phó ngay cả ở thời điểm này.

Do đó, mục tiêu thực tiễn là nhận thức và giáo dục. Chính điều này sẽ ngăn chặn kế hoạch của những vị khách trong thế giới. Họ đang hoạt động ngay lúc này với rất ít kháng cự. Họ đang gặp rất ít cản trở. Những ai muốn xem họ như "đồng minh của nhân loại" phải hiểu rằng nó là không phải như vậy. Có lẽ lời nói của chúng tôi sẽ không đủ, nhưng chúng là sự bắt đầu.

◆

"Chúng tôi có thể học từ đâu?"

Giáo trình có thể được tìm thấy trong Con Đường Tri Thức trong Cộng Đồng Vĩ Đại đang được trình bày trong thế giới ngay lúc này. Mặc dù nó đem đến một hiểu biết mới về sự sống và thánh linh trong vũ trụ, nó kết nối với tất cả những con đường thánh linh chân chính đã tồn tại sẵn trong thế giới của bạn - những con đường thánh linh mà xem trọng tự do của loài người và ý nghĩa của thánh linh chân thật và xem trọng sự hợp tác, hoà bình và hài hoà trong gia đình loài người. Do đó, giáo huấn trong Con Đường Tri Thức gọi ra tất cả những chân lý vĩ đại đã tồn tại sẵn trong thế giới của bạn và trao cho chúng một bối cảnh và phạm vi vĩ đại hơn cho việc biểu hiện. Bằng cách này, Con Đường Tri Thức trong Cộng Đồng Vĩ Đại không thay thế cho những tôn giáo của thế giới, nhưng đưa một bối cảnh lớn hơn để chúng có thể trở nên thật sự có ý nghĩa và thích hợp cho thời đại của bạn.

◆

"Làm sao chúng tôi có thể truyền tải thông điệp của bạn đến người khác?"

Chân lý sống bên trong mỗi người ngay lúc này. Nếu bạn có thể nói với chân lý bên trong con người, nó sẽ trở nên mạnh hơn và bắt đầu cộng hưởng. Hi vọng lớn lao của chúng tôi, hi vọng của Những Người Vô Hình, những thế lực tâm linh đang phục vụ thế giới của bạn, và hi vọng của những loài xem trọng tự do của loài người và mong muốn thấy bạn trỗi vào trong Cộng Đồng Vĩ Đại một cách thành công, dựa vào chân lý đang sống trong mỗi người này. Chúng tôi không thể áp đặt nhận thức này lên bạn. Chúng tôi chỉ có thể tiết lộ nó cho bạn và tin vào sự vĩ đại của Tri Thức mà Đấng Tạo Hoá đã trao cho bạn để giúp bạn và những người khác đáp lại.

◆

"Đâu là sức mạnh của loài người khi chống lại Sự Can Thiệp?"

Đầu tiên, chúng tôi hiểu được khi quan sát thế giới của bạn, và từ điều Những Người Vô Hình đã nói cho chúng tôi về những gì chúng tôi không thể thấy, rằng mặc dù có những vấn đề to lớn trong thế giới của bạn, có đủ tự do loài người để trao cho bạn nền tảng để chống lại Sự Can Thiệp. Điều này đối lập với rất nhiều thế giới khác nơi mà tự do cá nhân đã chưa từng được thiết lập. Khi những thế giới này chạm trán với những thế lực ngoài hành tinh và thực tế của sự sống trong Cộng Đồng Vĩ Đại, cơ hội để họ thiết lập tự do và độc lập là rất ít.

Do đó, bạn có một sức mạnh vĩ đại bởi vì tự do loài người được biết đến trong thế giới của bạn và được xem trọng bởi nhiều người, mặc dù có lẽ không bởi tất cả mọi người. Bạn biết bạn có thứ để mất. Bạn xem trọng điều bạn đã có, ở bất kỳ mức độ nào nó đã được thiết lập. Bạn không muốn bị thống trị bởi những quyền lực từ bên ngoài. Bạn ngay cả không muốn bị thống trị một cách khắc nghiệt bởi những nhà cầm quyền của bạn. Do đó, đây là một điểm khởi đầu.

Kế đến, bởi vì thế giới của bạn có những truyền thống thánh linh sâu đậm đã nuôi dưỡng Tri Thức trong cá nhân và nuôi dưỡng sự hợp tác và hiểu biết của loài người, thực tế của Tri Thức đã được thiết lập rồi. Trong những thế giới khác nơi mà Tri Thức chưa bao giờ được thiết lập, cơ hội để thiết lập nó ở điểm ngoặc trong việc trồi vào Cộng Đồng Vĩ Đại là rất ít có hi vọng thành công. Tri Thức đủ mạnh trong đủ số người ở đây để họ có thể học về thực tế của sự sống trong Cộng Đồng Vĩ Đại và để hiểu điều gì đang xảy ra giữa họ ngay lúc này. Đó là vì lý do này mà chúng tôi đầy hi vọng, bởi vì chúng tôi tin vào sự khôn ngoan của loài người. Chúng tôi tin rằng con người có thể vượt lên trên sự ích kỷ, sự bận tâm cho riêng bản thân và sự bảo vệ cho riêng bản thân để nhìn thấy sự sống theo một cách vĩ đại hơn và để cảm thấy một trách nhiệm vĩ đại hơn trong việc phục vụ đồng loại.

Có lẽ niềm tin của chúng tôi là vô căn cứ, nhưng chúng tôi tin rằng Những Người Vô Hình đã cố vấn cho chúng tôi một cách thông thái về việc này. Do đó, chúng tôi đã đặt bản thân ở vị trí nguy hiểm khi ở gần thế giới của bạn và chứng kiến những sự kiện bên ngoài biên giới của bạn mà có hậu quả trực tiếp lên tương lai và định mệnh của bạn.

Nhân loại có sự hứa hẹn vĩ đại. Bạn có một nhận thức ngày càng gia tăng về những vấn đề trong thế giới - không có sự hợp tác giữa các quốc gia, sự suy thoái của môi trường tự nhiên của bạn, những nguồn tài nguyên đang suy giảm của bạn vân vân. Nếu những vấn đề này không được biết bởi người dân của bạn, nếu những thực tế này đã bị giấu khỏi người dân của bạn, ở mức độ mà con người không hề có ý thức về sự tồn tại của những điều này, thì chúng tôi sẽ không đầy hi vọng như vậy. Tuy nhiên, thực tế vẫn là nhân loại có khả năng và sự hứa hẹn để chống lại bất kỳ sự can thiệp nào vào trong thế giới.

◆

"Sự Can Thiệp này có sẽ trở thành sự xâm lược quân sự?"

Như chúng tôi đã nói, thế giới của bạn là quá có giá trị để kích động sự xâm lược quân sự. Không ai đang viếng thăm thế giới của bạn muốn phá huỷ cơ sở hạ tầng của nó hay những nguồn tài nguyên thiên nhiên của nó. Đó là tại sao những vị khách không tìm cách để tiêu diệt loài người, nhưng thay vào đó là để khiến loài người phục vụ những tập đoàn của họ.

Đó không phải sự xâm lược quân sự sẽ đe dọa bạn. Đó là quyền lực của sự dụ dỗ và thuyết phục. Điều này sẽ được xây dựng trên điểm yếu của riêng bạn, trên sự ích kỷ của riêng bạn, trên sự ngu ngốc của bạn về sự sống trong Cộng Đồng Vĩ Đại và trên sự tích cực mù quáng của bạn về tương lai của bạn và về ý nghĩa của sự sống bên ngoài biên giới của bạn.

Để chống lại điều này, chúng tôi trao cho học thức và chúng tôi nói về cách chuẩn bị đang được gửi vào trong thế giới ngay lúc này. Nếu bạn đã không sẵn biết về tự do của con người, nếu bạn đã không sẵn nhận thức về những vấn đề trong thế giới của bạn, thì chúng tôi sẽ không thể tin tưởng để giao một sự chuẩn bị như vậy cho bạn. Và chúng tôi sẽ không tự tin rằng lời nói của chúng tôi sẽ cộng hưởng với chân lý của điều bạn biết.

◆

"Bạn có thể ảnh hưởng con người một cách mạnh mẽ như những vị khách, nhưng cho điều tốt?"

Mục đích của chúng tôi không phải là để ảnh hưởng những cá nhân. Mục đích của chúng tôi là chỉ để trình bày vấn đề và thực tế mà bạn đang trỗi vào. Những Người Vô Hình đang trao cho cách để chuẩn bị, bởi vì nó đến từ Đấng Tạo Hoá của mọi sự sống. Bằng cách này, Những Người Vô Hình ảnh hưởng những cá nhân cho điều tốt. Nhưng có hạn chế. Như chúng tôi đã nói, sự tự quyết của bạn phải được củng cố. Quyền lực của bạn phải được tăng lên. Sự hợp tác của bạn trong gia đình loài người phải được ủng hộ.

Có giới hạn trong việc chúng tôi có thể giúp đỡ bao nhiêu. Nhóm của chúng tôi thì nhỏ. Chúng tôi không đang đi lại giữa các bạn. Do đó, sự hiểu biết lớn lao về thực tế mới của bạn phải được chia sẽ giữa con người với nhau. Nó không thể bị ép buộc lên bạn bởi một quyền lực bên ngoài, ngay cả khi đó là cho lợi ích riêng của bạn. Nếu không, chúng tôi sẽ không ủng hộ tự do và quyền tự quyết của bạn nếu chúng tôi đã ủng hộ một chương trình thuyết phục như vậy. Ở đây bạn không thể như trẻ nhỏ. Bạn phải trưởng thành và có trách nhiệm. Đó chính là tự do của bạn đang bị đe doạ. Đó chính là thế giới của bạn đang bị đe doạ. Sự hợp tác với nhau là cần thiết.

Bạn ngay lúc này có một chính nghĩa lớn lao để thống nhất chủng loài của bạn, bởi vì không ai trong bạn sẽ có lợi nếu không có những người khác. Không quốc gia nào sẽ có lợi nếu bất kỳ quốc gia nào khác nằm dưới sự điều khiển của người ngoài hành tinh. Tự do của loài người phải là trọn vẹn. Sự hợp tác phải diễn ra trên khắp thế giới của bạn. Bởi vì mọi người đang ở trong cùng một tình cảnh ngay lúc này. Những vị khách không ưa thích nhóm này hơn nhóm kia, dân tộc này hơn dân tộc kia, quốc gia này hơn quốc gia kia. Họ chỉ tìm con đường ít chống cự nhất để thiết lập sự hiện diện và thống trị của họ trên thế giới của bạn.

◆

"Sự xâm nhập vào trong loài người của họ sâu rộng tới mức độ nào?"

Những vị khách có một sự hiện diện đáng kể trong những quốc gia tiên tiến nhất trên thế giới của bạn, đặc biệt là những nước Châu Âu, Nga, Nhật Bản và Mỹ. Đây được xem là những quốc gia mạnh nhất, có quyền lực và ảnh hưởng lớn nhất. Những vị khách sẽ tập trung ở đó. Tuy nhiên, họ đang bắt con người ở khắp thế giới, và họ đang tiến triển Chương Trình Bình Định của họ với tất cả những người họ bắt, nếu những cá nhân này có thể đáp lại ảnh hưởng của họ. Do đó, sự hiện diện của những vị khách là ở toàn cầu, nhưng họ đang tập trung vào những ai mà họ hi vọng sẽ trở thành đồng minh của họ. Đó là những quốc gia và những chính quyền và những nhà lãnh đạo tôn giáo với quyền lực và sức lây chuyển lớn nhất trên suy nghĩ và lòng tin của loài người.

◆

"Chúng tôi có bao nhiêu thời gian?"

Bạn có bao nhiêu thời gian? Bạn có một ít thời gian, bao nhiêu chúng tôi không thể nói. Nhưng chúng tôi đến với một thông điệp khẩn cấp. Đây không phải là một vấn đề có thể đơn giản được tránh né hay phủ nhận. Từ quan điểm của chúng tôi, đây là thử thách quan trọng nhất đang đối mặt với nhân loại. Đây là mối quan tâm vĩ đại nhất, là ưu tiên đầu tiên. Bạn đang chậm trễ trong sự chuẩn bị của bạn. Điều này đã bị gây ra bởi nhiều yếu tố ngoài sự điều khiển của chúng tôi. Nhưng có thời gian, nếu bạn có thể đáp lại. Kết quả thì không rõ nhưng vẫn có hi vọng cho thành công của bạn.

◆

"Làm sao chúng tôi có thể tập trung vào Sự Can Thiệp này khi những vấn đề toàn cầu nghiêm trọng khác đang xảy ra ngay lúc này?"

Trước hết, chúng tôi cảm thấy rằng không có vấn đề nào khác trên thế giới quan trọng như vấn đề này. Từ quan điểm của chúng tôi, bất cứ vấn đề gì bạn có thể tự giải quyết sẽ có rất ít ý nghĩa trong tương lai nếu tự do của bạn bị đánh mất. Bạn có thể hi vọng giành được gì? Bạn có thể hi vọng đạt được hay bảo đảm gì nếu bạn không có tự do trong Cộng Đồng Vĩ Đại? Tất cả những thành tựu của bạn sẽ được trao cho những người cai quản mới của bạn; tất cả những của cải của bạn sẽ được trao tặng cho họ. Và mặc dù những vị khách của bạn không tàn bạo, họ hoàn toàn hết lòng cho mục tiêu của họ. Bạn chỉ được giá trị trong chừng mực bạn có ích cho mục đích của họ. Đó là vì lý do này mà chúng tôi cảm thấy rằng không có vấn đề nào khác đang đối mặt nhân loại mà quan trọng như việc này.

◆

"Ai sẽ đáp lại hoàn cảnh này?"

Về việc ai có thể đáp lại, có nhiều người trong thế giới ngày hôm nay có một tri thức vốn có về Cộng Đồng Vĩ Đại và nhạy cảm với điều này. Có nhiều người khác đã bị bắt bởi những vị khách nhưng đã không qui phục họ hay bởi sự thuyết phục của họ. Và có những người khác quan tâm về tương lai của thế giới và được cảnh báo về những hiểm nguy mà nhân loại đang đối mặt. Những người ở trong tất cả hay trong một trong ba nhóm này sẽ là những người đầu tiên đáp lại thực tế của Cộng Đồng Vĩ Đại và sự chuẩn bị cho Cộng Đồng Vĩ Đại. Họ có thể đến từ mọi thành phần xã hội, từ bất kỳ quốc gia nào, từ bất kỳ nền tảng tôn giáo nào hay từ bất kỳ thành phần kinh tế nào. Họ thật sự là ở khắp thế giới. Những Quyền Lực Thánh Linh bảo vệ và trông coi phúc lợi của loài người đang dựa vào họ và dựa vào sự hồi đáp của họ.

◆

"Bạn có nói là con người ở khắp nơi trên thế giới đang bị bắt. Làm sao con người có thể bảo vệ bản thân hay những người khác khỏi bị bắt cóc?"

Khi bạn càng có thể trở nên mạnh mẽ với Tri Thức và nhận thức về sự hiện diện của những vị khách, bạn sẽ ít trở thành đối tượng cho việc nghiên cứu và điều khiển của họ. Khi bạn càng dùng những cuộc chạm trán của bạn với họ để hiểu rõ về họ, bạn càng trở thành một mối nguy hiểm. Như chúng tôi đã nói, họ tìm kiếm con đường ít chống đối nhất. Họ muốn những người dễ tuân thủ và qui phục. Họ muốn những ai gây cho họ ít vấn đề và lo lắng.

Và khi bạn trở nên mạnh mẽ với Tri Thức, bạn sẽ vượt ngoài sự điều khiển của họ bởi vì lúc đó họ không thể chiếm lấy tâm trí của bạn hay trái tim của bạn. Và dần dần, bạn sẽ có quyền lực của nhận thức để nhìn vào tâm trí của họ, điều họ không muốn. Khi đó bạn trở thành một mối nguy hiểm cho họ, một thử thách đối với họ, và họ sẽ tránh bạn nếu có thể.

Những vị khách không muốn bị phát giác. Họ không muốn mâu thuẫn. Họ quá tự tin là họ có thể đạt được những mục tiêu của họ mà không có sự chống đối nghiêm trọng từ gia đình loài người. Nhưng khi một sự chống đối như vậy được dựng lên, khi quyền lực của Tri Thức thức tỉnh trong cá nhân, thì những vị khách đang đối mặt với một trở ngại ghê gớm hơn nhiều. Việc can thiệp của họ ở đây bị ngăn chặn và khó đạt được hơn. Và việc thuyết phục những người quyền lực trở nên khó hoàn thành hơn. Do đó, sự đáp hồi và sự cam kết cho sự thật của từng cá nhân là cần thiết ở đây.

Hãy nhận thức về sự hiện diện của những vị khách. Đừng qui phục dưới sự thuyết phục rằng sự hiện diện của họ ở đây là có bản chất thánh linh hay là nó đem đến lợi ích to lớn hay sự cứu rỗi cho nhân loại. Chống lại sự thuyết phục. Giành lại quyền thế bên trong của riêng bạn, món quà vĩ đại mà Đấng Tạo Hoá đã trao cho bạn. Trở thành một thế lực đáng nể cho bất kỳ ai xâm phạm hay chối bỏ những quyền cơ bản của bạn.

Đây là Quyền Lực Thánh Linh đang được biểu hiện. Đó là Ý Muốn của Đấng Tạo Hoá rằng nhân loại sẽ trỗi vào Cộng Đồng Vĩ Đại đoàn kết trong bản thân nó và không có sự can thiệp hay thống trị từ ngoài hành tinh. Đó là Ý Muốn của Đấng Tạo Hoá rằng bạn sẽ chuẩn bị cho một tương lai không như quá khứ của bạn. Chúng tôi đang ở đây trong phụng sự cho Đấng Tạo Hoá, và do đó sự hiện diện của chúng tôi và lời nói của chúng tôi phục vụ cho mục đích này.

◆

"Nếu những vị khách gặp sự chống đối trong loài người hay trong những cá nhân nào đó, họ sẽ đến đông hơn hay họ sẽ rút lui?"

Số lượng của họ không nhiều. Nếu họ gặp sự chống đối đáng kể, họ sẽ phải rút lui và lên kế hoạch mới. Họ hoàn toàn tự tin rằng nhiệm vụ của họ có thể được hoàn thành mà không với cản trở nghiêm trọng. Nhưng nếu những cản trở nghiêm trọng trỗi lên, thì việc can thiệp và thuyết phục của họ sẽ bị ngăn chặn, và họ sẽ phải tìm cách khác để liên lạc với loài người.

Chúng tôi tin rằng gia đình loài người có thể tạo ra đủ sự chống đối và đủ sự nhất trí để chống lại những thế lực này. Chúng tôi dựa niềm hi vọng và nỗ lực của chúng tôi trên điều này.

◆

"Đâu là những câu hỏi quan trọng nhất mà chúng tôi phải hỏi bản thân và những người khác về vấn đề xâm nhập bởi người ngoài hành tinh?

Có lẽ những câu hỏi quan trọng nhất để hỏi bản thân bạn là, "Có phải loài người chúng ta một mình trong vũ trụ hay trong thế giới riêng của chúng ta? Chúng ta có đang bị viếng thăm ngay lúc này? Sự viếng thăm này có lợi ích cho chúng ta? Chúng ta có cần phải chuẩn bị?"

Đây là những câu hỏi rất căn bản, nhưng chúng phải được hỏi. Tuy nhiên, có nhiều câu hỏi không thể được trả lời, bởi vì bạn không đủ hiểu biết về sự sống trong Cộng Đồng Vĩ Đại, và bạn chưa đủ tự tin rằng bạn có khả năng chống lại những ảnh hưởng này. Nền giáo dục của loài người, điều chủ yếu tập trung vào quá khứ, thiếu nhiều thứ. Nhân loại đang trỗi lên từ một trạng thái cô lập lâu dài. Nền giáo dục của nó, những giá trị của nó và những tổ chức của nó đều đã được thành lập trong trạng thái cô lập này. Nhưng sự cô lập của bạn đã hết, vĩnh viễn. Điều này luôn được biết là sẽ xảy ra. Điều này là không tránh khỏi. Do đó, nền giáo dục của bạn và những giá trị của bạn đang tiến vào một bối cảnh mới, điều mà chúng phải thích nghi. Và sự thích nghi phải diễn ra nhanh chóng bởi vì bản chất của Sự Can Thiệp trong thế giới ngày hôm nay.

Sẽ có nhiều câu hỏi bạn không thể trả lời. Bạn sẽ phải sống với chúng. Việc giáo dục của bạn về Cộng Đồng Vĩ Đại chỉ ở điểm khởi đầu. Bạn phải tiếp cận nó với rất nhiều sự tỉnh táo và cẩn trọng. Bạn phải chống lại những khuynh hướng riêng của bạn để cố gắng khiến hoàn cảnh dễ chịu hay đảm bảo. Bạn phải phát triển một sự khách quan về cuộc sống, và bạn phải nhìn ra khỏi phạm vi quan tâm của cá nhân bạn để đặt bản thân vào vị trí để đáp lại những thế lực và sự kiện vĩ đại đang định hình thế giới của bạn và tương lai của bạn.

◆

"Nếu như không đủ người đáp lại?"

Chúng tôi tự tin rằng đủ người có thể đáp lại và bắt đầu việc học tập vĩ đại của họ về sự sống trong Cộng Đồng Vĩ Đại để đem đến hứa hẹn và hi vọng cho gia đình loài người. Nếu điều này không thể đạt được, thì những ai xem trọng tự do của họ và những ai có học thức này sẽ phải rút lui. Họ sẽ phải giữ cho Tri Thức tồn tại trong thế giới khi thế giới rơi dưới sự điều khiển toàn bộ. Đây là một trường hợp rất nghiêm trọng, nhưng nó đã xảy ra ở những thế giới khác. Hành trình quay về tự do từ một vị trí như vậy thì khá khó khăn. Chúng tôi hi vọng rằng đây sẽ không là số mệnh của bạn, và đó là tại sao chúng tôi đang ở đây trao cho bạn thông tin này. Như chúng tôi đã nói, có đủ người trong thế giới có thể phản hồi để cản trở những ý định của những vị khách và để ngăn chặn ảnh hưởng của họ trên vấn đề loài người và giá trị loài người.

◆

"Bạn nói về những thế giới khác trỗi vào Cộng Đồng Vĩ Đại. Bạn có thể nói về những thành công và những thất bại có thể liên quan đến tình hình của chúng tôi?"

Đã có thành công nếu không chúng tôi sẽ không ở đây. Trong trường hợp của tôi, phát ngôn viên cho nhóm của chúng tôi, thế giới của chúng tôi đã bị xâm nhập rất nhiều trước khi chúng tôi nhận ra vấn đề trước mắt. Hành trình học của chúng tôi đã được khởi xướng bởi sự hiện diện của một nhóm như chúng tôi, trao cho sự sáng suốt và thông tin về tình hình của chúng tôi. Chúng tôi đã có những người buôn bán tài nguyên ngoài hành tinh tiếp xúc với chính quyền của chúng tôi. Những người cầm quyền lúc đó đã bị thuyết phục rằng giao dịch và thương mại sẽ có ích cho chúng tôi, bởi vì chúng tôi đã bắt đầu trải nghiệm sự thiếu thốn về tài nguyên. Mặc dù chủng loài của chúng tôi đoàn kết, không như chủng loài của bạn, chúng tôi đã bắt đầu hoàn toàn phụ thuộc vào công nghệ và những cơ hội mới đã được đưa cho chúng tôi. Và trong lúc đó, có một sự chuyển dịch trong trung tâm quyền lực.

Chúng tôi đã dần trở thành khách hàng. Những vị khách đã dần trở thành nhà cung cấp. Và dần dần, những điều kiện và giới hạn được đặt lên chúng tôi, lúc đầu một cách tinh vi.

Niềm tin và trọng tâm về tín ngưỡng của chúng tôi cũng đã bị ảnh hưởng bởi những vị khách, họ đã tỏ vẻ quan tâm đến những giá trị tôn giáo của chúng tôi nhưng muốn đưa cho chúng tôi một hiểu biết mới, một hiểu biết dựa vào tập đoàn, dựa vào sự hợp tác của những bộ não suy nghĩ giống nhau và đồng nhất với nhau. Điều này đã được trình bày cho chủng loài chúng tôi như là một biểu hiện của thánh linh và thành tựu. Một vài người đã bị thuyết phục, nhưng bởi vì chúng tôi đã được cố vấn kỹ bởi những đồng minh từ bên ngoài thế giới chúng tôi, những đồng minh như chúng tôi, chúng tôi đã bắt đầu phát động phong trào chống trả và dần dần đã có thể bắt những vị khách rời khỏi thế giới chúng tôi.

Kể từ đó, chúng tôi đã học được rất nhiều về Cộng Đồng Vĩ Đại. Việc giao dịch chúng tôi đang thực hiện là rất được chọn lọc, với chỉ một vài quốc gia khác. Chúng tôi đã có thể tránh các tập đoàn, và điều đó đã bảo tồn tự do của chúng tôi. Nhưng thành công của chúng tôi đã khó đạt được, bởi vì nhiều người trong chúng tôi đã phải hi sinh trong cuộc chiến này. Câu chuyện của chúng tôi là câu chuyện về thành công, nhưng với cái giá. Có những người khác trong nhóm chúng tôi cũng đã trải nghiệm sự khó khăn như vậy khi tương tác với những quyền lực can thiệp từ Cộng Đồng Vĩ Đại. Nhưng bởi vì chúng tôi cuối cùng đã biết cách du hành khỏi ranh giới của chúng tôi, chúng tôi đã thiết lập được liên minh với nhau. Chúng tôi đã có thể hiểu thánh linh có nghĩa gì trong Cộng Đồng Vĩ Đại. Và Những Người Vô Hình, những người cũng trông coi thế giới của chúng tôi, đã giúp chúng tôi trong vấn đề này để đi qua quá trình chuyển đổi vĩ đại từ sự cô lập đến nhận thức về Cộng Đồng Vĩ Đại.

Nhưng chúng tôi cũng biết về nhiều thất bại. Những nền văn minh nơi mà người thổ dân chưa từng thiết lập tự do cá nhân hay chưa từng trải nghiệm thành quả của sự hợp tác, mặc dù họ đang tiến triển về công nghệ, đã không có nền tảng để thiết lập độc lập của riêng họ trong vũ trụ. Khả năng của họ để chống lại những tập đoàn là rất ít. Bị dụ dỗ bởi những hứa hẹn cho quyền lực lớn hơn, công nghệ lớn hơn và nhiều của cải hơn, và bị dụ dỗ bởi những điều có vẻ như là lợi ích của việc giao dịch trong Cộng Đồng Vĩ Đại, trung tâm quyền lực của họ đã rời khỏi thế giới của họ. Cuối cùng, họ trở nên hoàn toàn lệ thuộc vào những loài cung cấp cho họ và những loài đã đạt được quyền điều khiển tài nguyên và cơ sở hạ tầng của họ.

Chắc chắn là bạn có thể tưởng tượng được việc này. Ngay cả trong lịch sử của bạn trong thế giới riêng của bạn, bạn đã thấy những quốc gia nhỏ hơn rơi vào sự thống trị bởi những quốc qia lớn hơn. Bạn có thể thấy điều này ngay cả ngày hôm nay. Do đó, những ý nghĩ này không phải hoàn toàn xa lạ đối với bạn. Trong Cộng Đồng Vĩ Đại, như trong thế giới của bạn, kẻ mạnh sẽ thống trị kẻ yếu, nếu họ có thể. Đây là thực tế của sự sống ở khắp nơi. Và đó là cho lý do này mà chúng tôi đang khích lệ nhận thức của bạn và sự chuẩn bị của bạn, để bạn có thể trở nên mạnh mẽ và quyền tự quyết của bạn có thể gia tăng.

Nó có thể là sự thất vọng tràn trề cho nhiều người khi hiểu và biết rằng tự do hiếm có trong vũ trụ. Khi những quốc gia trở nên mạnh mẽ hơn và nhiều công nghệ hơn, chúng đòi hỏi nhiều sự đồng nhất và sự tuân thủ hơn trong người dân của chúng. Khi chúng kết nối với Cộng Đồng Vĩ Đại và liên quan vào những vấn đề của Cộng Đồng Vĩ Đại, sự khoan dung cho việc thể hiện cá nhân giảm đến mức mà những quốc gia to lớn với của cải và quyền lực được cai quản với thái độ nghiêm khắc và nhiều đòi hỏi mà bạn sẽ thấy kinh khủng.

Ở đây bạn phải biết rằng tiến bộ về công nghệ và tiến bộ về thánh linh không phải là một, một bài học mà nhân loại chưa học và bạn phải học nếu bạn muốn sử dụng trí khôn sẵn có của bạn trong những vấn đề này.

Thế giới của bạn rất được giá trị. Nó giàu có về sinh học. Bạn đang ngồi trên một phần thưởng mà bạn phải bảo vệ nếu bạn muốn là người quản lý và người hưởng lợi của nó. Ngẫm nghĩ về những người trong thế giới của bạn đã mất tự do của họ bởi vì họ đã sống ở nơi được xem là có giá trị bởi những người khác. Bây giờ toàn thể gia đình loài người đang bị nguy hiểm.

◆

"Bởi vì những vị khách rất giỏi trong việc phóng ra ý nghĩ và ảnh hưởng môi trường tinh thần của con người, làm sao chúng tôi bảo đảm bản thân rằng cái chúng tôi đang thấy là thật?"

Nền tảng duy nhất cho nhận thức khôn ngoan là việc trau dồi Tri Thức. Nếu bạn chỉ tin vào cái bạn thấy, thì bạn sẽ chỉ tin vào cái được chỉ cho bạn. Chúng tôi được bảo rằng nhiều người có quan điểm này. Nhưng chúng tôi đã học rằng những nhà thông thái ở khắp nơi phải đạt được cái nhìn lớn hơn và sự phân biệt tốt hơn. Đúng là những vị khách của bạn có thể phóng ra hình ảnh những vị thánh và những hình tượng tôn giáo của bạn. Mặc dù điều này không được làm thường xuyên, nó chắc chắn có thể được sử dụng để tạo ra sự giao thác và hiến dâng trong những ai đã tin vào những niềm tin như vậy. Ở đây thánh linh của bạn trở thành điểm yếu nơi mà sự khôn ngoan phải được áp dụng.

Nhưng Đấng Tạo Hoá đã trao cho bạn Tri Thức như là nền tảng cho khả năng phân biệt chân thật. Bạn có thể biết bạn đang nhìn cái gì nếu bạn hỏi bản thân nếu nó là chân thật. Nhưng để làm được việc này, bạn phải có nền tảng này, và đó là tại sao giáo dục về Con Đường của Tri Thức là rất căn bản cho việc học về Thánh Linh trong Cộng Đồng Vĩ Đại. Không có điều này, con người sẽ tin cái họ muốn tin, và họ sẽ dựa vào cái họ thấy và cái họ được cho thấy. Và tiềm năng của họ cho tự do sẽ bị đánh mất, bởi vì nó đã chưa bao giờ được cho phép phát huy từ ban đầu.

◆

"Bạn nói về việc giữ Tri Thức tồn tại. Bao nhiêu người cần để giữ Tri Thức tồn tại trong thế giới?"

Chúng tôi không thể cho bạn con số, nhưng nó phải đủ để tạo ra một tiếng nói trong những nền văn minh của riêng bạn. Nếu thông điệp này chỉ có thể được nhận lãnh bởi một vài người, họ sẽ không có tiếng nói này hay sức mạnh này. Ở đây họ phải chia sẻ sự thông thái của họ. Nó không thể chỉ cho sự soi sáng tri thức cho riêng họ. Nhiều người hơn phải biết về thông điệp này, nhiều hơn so với số người có thể nhận lãnh nó ngày hôm nay.

◆

"Có nguy hiểm trong việc trình bày thông điệp này không?"

Luôn có nguy hiểm khi trình bày sự thật, không chỉ trong thế giới của bạn, nhưng cũng ở nơi khác. Con người lợi dụng hoàn cảnh hiện tại. Những vị khách sẽ trao lợi thế cho những người quyền lực mà có thể nhận lãnh họ và không mạnh mẽ trong Tri Thức. Con người trở nên quen với những lợi thế này và xây dựng cuộc sống của họ dựa trên chúng. Điều này khiến họ chống lại hay ngay cả thù địch với việc trình bày sự thật, điều mà kêu gọi trách nhiệm của họ để phục vụ người khác và điều có thể đe dọa nền tảng cho của cải và những thành đạt của họ.

Đây là tại sao chúng tôi ẩn mình và không đi lại trong thế giới của bạn. Chắc chắn những vị khách sẽ tiêu diệt chúng tôi nếu họ có thể tìm thấy chúng tôi. Nhưng nhân loại có thể cũng muốn tiêu diệt chúng tôi bởi vì điều chúng tôi đại diện, bởi vì thử thách và thực tế mới mà chúng tôi trình bày. Không phải ai cũng sẵn sàng để nhận lãnh sự thật ngay cả khi nó là rất cần thiết.

◆

"Những cá nhân mạnh mẽ với Tri Thức có thể ảnh hưởng những vị khách được không?"

Cơ hội thành công ở đây là rất ít. Bạn đang đối phó với một tập đoàn gồm những loài đã được gây giống để biết tuân thủ, những loài mà cuộc sống và trải nghiệm của họ đã bị che phủ bởi một tinh thần về tập đoàn. Họ không nghĩ cho bản thân. Bởi vì lý do này, chúng tôi không cảm thấy rằng bạn có thể ảnh hưởng họ. Có một vài người trong gia đình loài người có sức mạnh để làm việc này, và ngay khi đây khả năng thành công là rất ít. Do đó câu trả lời phải là "Không." Cho mọi mục đích thực tiễn, bạn không thể thu phục họ.

◆

"Những tập đoàn khác với một nhân loại đoàn kết như thế nào?"

Những tập đoàn được thiết lập từ nhiều chủng loài khác nhau và từ những cá thể được sản sinh để phục vụ những chủng loài này. Nhiều cá thể đang được chạm trán trong thế giới là được sản sinh bởi những tập đoàn để trở thành người phục vụ. Họ đã quên về truyền thống di truyền của họ. Họ đã được sản sinh để phục vụ, như bạn nhân giống thú vật để phục vụ cho bạn. Sự hợp tác của loài người mà chúng tôi đang khuyến khích là một sự hợp tác mà sẽ bảo tồn sự tự quyết của cá nhân và trao cho vị trí sức mạnh để nhân loại có thể giao tiếp, không chỉ với những tập đoàn mà với những loài khác sẽ đến thăm bạn trong tương lai.

Tập đoàn dựa vào một niềm tin, một chuỗi luật lệ và một nhà cầm quyền. Trọng tâm của nó là sự trung thành tuyệt đối với một ý tưởng hay một lý tưởng. Điều này không chỉ được đem đến trong nền giáo dục của những vị khách của bạn, nhưng trong cả gene của họ. Đó là tại sao họ xử xự như vậy. Đây là cả điểm mạnh và điểm yếu của họ. Họ có sức mạnh to lớn trong môi trường tinh thần bởi vì tâm trí của họ thống nhất. Nhưng họ yếu bởi vì họ không thể tự suy nghĩ. Họ không thể đối phó tốt với sự phức tạp hay khó khăn. Người nam hay nữ của Tri Thức sẽ là không thể hiểu được đối với họ.

Nhân loại phải đoàn kết để bảo tồn tự do của nó, nhưng đây là một nền tảng rất khác so với sự hình thành của một tập đoàn. Chúng tôi gọi chúng là "tập đoàn" bởi vì chúng là tập thể của những chủng loài và quốc tịch khác nhau. Tập đoàn là không chỉ có một chủng loài. Mặc dù có nhiều chủng loài trong Cộng Đồng Vĩ Đại bị thống trị bởi một nhà cầm quyền, tập đoàn là một tổ chức vượt khỏi sự trung thành của một chủng loài đối với thế giới riêng của nó.

Tập đoàn có thể có quyền lực to lớn. Nhưng bởi vì có nhiều tập đoàn, chúng thường cạnh tranh với nhau, khiến không ai có thể trở thành thống trị. Ngoài ra, nhiều quốc gia trong Cộng Đồng Vĩ Đại có mâu thuẫn lâu dài với nhau, điều khó có thể vượt qua. Có lẽ họ đã cạnh tranh trong thời gian dài cho cùng tài nguyên. Có lẽ họ cạnh tranh với nhau để bán tài nguyên họ có. Nhưng tập đoàn là một vấn đề khác. Như chúng tôi đang nói ở đây, nó không dựa vào một chủng loài và một thế giới. Chúng là kết quả của sự xâm lược và thống trị. Đó là tại sao những vị khách của bạn gồm nhiều chủng loài khác nhau ở những mức quyền thống trị và ra lệnh khác nhau.

◆

"Ở những thế giới đã thống nhất thành công, họ có giữ gìn tự do suy nghĩ của cá nhân?"

Ở những mức độ khác nhau. Một vài ở mức độ rất cao, những thế giới khác thì ít hơn, tuỳ vào lịch sử của họ, cấu tạo tinh thần của họ và nhu cầu tồn tại của họ. Cuộc sống của bạn trong thế giới đã khá dễ dàng so với nơi những chủng loài khác phát triển. Hầu hết nơi mà sự sống thông minh tồn tại đã bị thuộc địa hoá, bởi vì không có nhiều hành tinh như của bạn có thể trao nhiều của cải tài nguyên sinh học như vậy. Tự do của họ phần lớn đã phụ thuộc vào sự giàu có của môi trường của họ. Nhưng họ đều đã thành công trong việc chống lại sự xâm nhập từ bên ngoài và đã thiết lập con đường giao dịch, thương mại và liên lạc của riêng họ dựa vào sự tự quyết của riêng họ. Đây là một thành tựu hiếm có và phải được giành lấy và được bảo vệ.

◆

"Cần gì để đạt được sự thống nhất của loài người?"

Nhân loại rất dễ bị tác động trong Cộng Đồng Vĩ Đại. Điểm yếu này, dần dần, có thể tạo ra sự hợp tác căn bản trong gia đình loài người, bởi vì bạn phải liên kết và thống nhất để có thể tồn tại và tiến bộ. Đây là một phần của nhận thức về Cộng Đồng Vĩ Đại. Nếu điều này được dựa vào những luật lệ về sự hợp tác, tự do và việc bộc lộ cá nhân của loài người, thì khả năng tự cung cấp của bạn có thể trở nên rất mạnh và rất giàu. Nhưng phải có một sự hợp tác lớn lao hơn trong thế giới. Con người không thể chỉ sống cho bản thân hay đặt mục đích riêng của họ trên nhu cầu của mọi người. Một vài người có thể xem điều này như là việc đánh mất tự do. Chúng tôi xem nó như là việc đảm bảo cho tự do tương lai. Bởi vì dựa vào thái độ đang phổ biến trong thế giới ngày hôm nay, tự do tương lai của bạn sẽ là rất khó để bảo vệ hay giữ gìn. Hãy chú ý. Những người bị dẫn dắt bởi sự ích kỷ của họ là ứng cử viên hoàn hảo cho sự ảnh hưởng và thao túng từ bên ngoài. Nếu họ ở vị trí quyền lực, họ sẽ cho đi của cải của đất nước họ, tự do của đất nước họ và tài nguyên của đất nước họ để giành lợi thế cho bản thân.

Do đó, sự hợp tác lớn lao hơn là cần thiết. Chắc chắn bạn có thể thấy điều này. Chắc chắn điều này là hiển nhiên ngay trong thế giới riêng của bạn. Nhưng điều này là rất khác so với cuộc sống của tập đoàn, nơi mà những chủng loài đã bị thống trị và bị điều khiển, nơi và những loài biết tuân thủ được đưa vào tập đoàn và những loài không tuân thủ bị cách ly hay tiêu diệt. Chắc chắn là một tập đoàn như vậy, mặc dù nó có thể có sức ảnh hưởng đáng kể, không thể là có ích cho những thành viên của nó. Nhưng đây là con đường mà nhiều loài trong Cộng Đồng Vĩ Đại đã chọn. Chúng tôi không muốn thấy nhân loại rơi vào một tổ chức như vậy. Đó sẽ là một bi kịch vĩ đại và một sự mất mát.

◆

"Cách nhìn của loài người khác với bạn như thế nào?"

Một trong những điểm khác biệt là chúng tôi đã phát triển một cách nhìn từ Cộng Đồng Vĩ Đại, cách nhìn vào thế giới với bản thân ít là trọng tâm hơn. Đó là một cách nhìn trao cho sự sáng tỏ lớn lao và có thể trao cho sự chắc chắn lớn lao về những vấn đề nhỏ hơn mà bạn đối mặt trong những việc hằng ngày của bạn. Nếu bạn có thể giải quyết một vấn đề vĩ đại, bạn có thể giải quyết những vấn đề nhỏ hơn. Bạn có một vấn đề vĩ đại. Mỗi người trong thế giới đối mặt với vấn đề vĩ đại này. Nó có thể thống nhất bạn và giúp bạn vượt qua những khác biệt và mâu thuẫn lâu dài của bạn. Nó vĩ đại và quyền lực như vậy. Đó là tại sao chúng tôi nói rằng có cơ hội cho sự cứu rỗi trong chính hoàn cảnh đang thử thách phúc lợi của bạn và tương lai của bạn.

Chúng tôi biết rằng quyền lực của Tri Thức bên trong cá nhân có thể phục hồi cá nhân đó và tất cả những mối quan hệ của họ tới một mức độ cao hơn trong thành tựu, nhận thức và khả năng. Bạn phải tự khám phá điều này.

Cuộc sống của chúng tôi rất khác. Một trong những điểm khác biệt là cuộc sống của chúng tôi dành cho phục vụ, phục vụ mà chúng tôi đã chọn. Chúng tôi có tự do để chọn và do đó lựa chọn của chúng tôi là chân thật và có ý nghĩa và được dựa vào hiểu biết của riêng chúng tôi. Trong nhóm của chúng tôi là những đại diện từ nhiều thế giới khác nhau. Chúng tôi đã tụ họp để phục vụ nhân loại. Chúng tôi tượng trưng cho một liên minh vĩ đại hơn mà có bản chất về thánh linh.

◆

*"Thông điệp này đang đến thông qua một người đàn ông. Tại sao
bạn không liên lạc mọi người nếu điều này rất quan trọng?"*

Đó chỉ là vấn đề về hiệu quả. Chúng tôi không điều khiển việc
ai được chọn để nhận lãnh chúng tôi. Đó là vấn đề cho Những
Người Vô Hình, những người mà bạn có thể gọi đúng là "Thiên
Thần." Chúng tôi nghĩ về họ theo cách này. Họ đã chọn một
người, một người không có vị trí trong thế giới, người không được
nhận ra bởi thế giới, một cá nhân được chọn bởi những phẩm
chất của ông ấy và bởi vì nguồn gốc từ Cộng Đồng Vĩ Đại của ông
ấy. Chúng tôi vui để có một người mà chúng tôi có thể nói thông
qua. Nếu chúng tôi nói thông qua nhiều người hơn, họ có lẽ sẽ bất
đồng với nhau, và thông điệp sẽ bị rối loạn và bị mất.

Chúng tôi hiểu, từ việc học của chúng tôi, rằng sự truyền điệp
của minh triết thông thường được trao qua một người, với sự trợ
giúp của những người khác. Cá nhân này phải chịu gánh nặng và
hiểm nguy của việc được chọn. Chúng tôi tôn trọng ông ấy vì làm
việc này, và chúng tôi hiểu đây thật là một gánh nặng. Điều này
sẽ bị hiểu sai, có lẽ, và đó là tại sao những nhà thông thái phải ẩn
mình. Chúng tôi phải ẩn mình. Ông ấy phải ẩn mình. Bằng cách
này, thông điệp có thể được trao cho, và sứ giả có thể được bảo
vệ. Bởi vì sẽ có thù hằn đối với thông điệp này. Những vị khách sẽ
chống đối nó và đang chống đối nó. Sự chống đối của họ có thể là
nghiêm trọng nhưng sẽ chủ yếu hướng tới người sứ giả. Đó là cho
lý do này mà người sứ giả phải được bảo vệ.

Chúng tôi biết rằng câu trả lời cho những câu hỏi này sẽ tạo
nên nhiều câu hỏi hơn. Và nhiều câu hỏi này không thể được trả
lời, có lẽ trong một khoảng thời gian dài. Những nhà thông thái ở
bất kỳ nơi nào phải sống với những câu hỏi mà họ chưa thể trả lời.

Chính là thông qua sự kiên nhẫn của họ và sự kiên trì của họ mà câu trả lời thật sẽ trồi lên và họ có thể trải nghiệm chúng và bộc lộ chúng.

LỜI KẾT

Nhân loại đang ở một điểm khởi đầu mới. Nó đang đối mặt với một tình cảnh nghiêm trọng. Nhu cầu cho một học thức và hiểu biết mới là rất cần thiết. Chúng tôi đang ở đây để phục vụ nhu cầu này theo yêu cầu của Những Người Vô Hình. Họ đang dựa vào chúng tôi để chia sẻ minh triết của chúng tôi, bởi vì chúng tôi sống trong vũ trụ vật chất, như bạn vậy. Chúng tôi không phải là thiên thần. Chúng tôi không hoàn hảo. Chúng tôi chưa đạt được đỉnh cao của nhận thức và thành tựu trong thánh linh. Và do đó thông điệp của chúng tôi cho bạn về Cộng Đồng Vĩ Đại, chúng tôi tin sẽ phù hợp hơn và dễ được chấp nhận hơn. Những Người Vô Hình biết nhiều hơn chúng tôi về sự sống trong vũ trụ và về những cấp bậc tiến triển và thành tựu có thể đạt được và đang được thực hành ở nhiều nơi. Nhưng họ đã hỏi chúng tôi để nói về thực tế của sự sống vật chất bởi vì chúng tôi hoàn toàn tham dự ở đó. Và thông qua thử nghiệm và sai lầm của chúng tôi, chúng tôi đã học về tầm quan trọng và ý nghĩa của điều chúng tôi đang chia sẻ với bạn.

Do đó, chúng tôi đến như Đồng Minh của Nhân Loại, bởi vì chúng tôi là vậy. Biết ơn rằng bạn có đồng minh có thể giúp bạn và có thể giáo dục bạn và có thể ủng hộ sức mạnh của bạn, tự do của bạn và thành tựu của bạn. Bởi vì không có sự trợ giúp này, triển vọng để bạn vượt qua khỏi kiểu xâm nhập từ ngoài hành tinh mà bạn đang trải nghiệm ngay lúc này sẽ rất có giới hạn. Đúng, sẽ có một vài cá nhân sẽ nhận ra tình cảnh đang hiện diện, nhưng số lượng của họ sẽ không đủ lớn, và tiếng nói của họ sẽ không được nghe thấy.

Về việc này, chúng tôi chỉ có thể xin bạn tin tưởng. Chúng tôi hi vọng rằng thông qua sự khôn ngoan của lời nói của chúng tôi và thông qua những cơ hội bạn có để học về ý nghĩa và sự xác đáng của nó, rằng chúng tôi có thể đạt được sự tin tưởng này theo thời gian, bởi vì bạn có đồng minh trong Cộng Đồng Vĩ Đại. Bạn có những người bạn tuyệt vời bên ngoài thế giới này, những người đã chịu nạn dưới những thử thách mà bạn đang đối mặt ngay lúc này và đã giành được thành công. Bởi vì chúng tôi đã được trợ giúp, chúng tôi phải trợ giúp những người khác ngay lúc này. Đó là thảo thuận thiêng liêng của chúng tôi. Đó là cho điều này mà chúng tôi rất cam kết.

GIẢI PHÁP

Ở CỐT LÕI CỦA NÓ,
GIẢI PHÁP CHO SỰ CAN THIỆP LÀ KHÔNG PHẢI VỀ CÔNG NGHỆ,
CHÍNH TRỊ HAY LỰC LƯỢNG QUÂN SỰ.

Đó là về việc làm mới tinh thần của loài người.

Đó là về việc loài người trở nên nhận thức về Sự Can Thiệp và speak out against it.

Đó là về việc chấm dứt sự cô lập và sự chế giễu khiến con người không thể bộc lộ điều họ thấy và biết.

Đó là về việc vượt qua sự sợ hãi, né tránh, ảo tưởng và lừa dối.

Đó là về việc loài người trở nên mạnh mẽ, có nhận thức và quyền lực.

Đồng Minh của nhân loại trao cho lời cố vấn thiết yếu để giúp chúng ta nhận ra Sự Can Thiệp và để chống lại những ảnh hưởng của nó. Để làm điều này, Đồng Minh thúc giục chúng ta sử dụng trí thông minh vốn có của chúng ta và quyền lợi của chúng ta để hoàn thành định mệnh của chúng ta như một chủng loài tự do trong Cộng Đồng Vĩ Đại.

Đây là lúc để bắt đầu.

CÓ MỘT NIỀM HI VỌNG
TRONG THẾ GIỚI

Niềm hi vọng trong thế giới được khơi dậy lại bởi những ai có thể trở nên mạnh mẽ với Tri Thức. Niềm hi vọng có thể phai tàn và rồi được mồi lại. Nó có vẻ như có thể đến rồi đi, tuỳ vào bao nhiêu người được lây chuyển và điều họ lựa chọn cho bản thân. Niềm hi vọng dựa vào bạn. Bởi vì Những Người Vô Hình đang ở đây không có nghĩa là có hi vọng, bởi vì nếu không có bạn, sẽ không có hi vọng. Bởi vì bạn và những người như bạn đang đem đến một niềm hi vọng mới vào thế giới bởi vì bạn đang học để nhận lãnh món quà của Tri Thức. Điều này đem đến một niềm hi vọng mới vào thế giới. Có lẽ bạn không thể thấy điều này một cách trọn vẹn ở thời điểm này. Có lẽ nó có vẻ như ngoài tầm hiểu biết của bạn. Nhưng từ một tầm nhìn lớn hơn, điều này là rất đúng và rất quan trọng.

Sự trồi vào của thế giới vào trong Cộng Đồng Vĩ Đại nói về điều này, bởi vì nếu không ai chuẩn bị cho Cộng Đồng Vĩ Đại, thì hi vọng sẽ có vẻ như phai tàn. Và định mệnh của nhân loại sẽ có vẻ như hoàn toàn đoán trước được. Nhưng bởi vì có niềm hi vọng trong thế giới, bởi vì có niềm hi vọng trong bạn và những người khác như bạn đang đáp lại tiếng gọi vĩ đại, định mệnh của nhân loại có sự hứa hẹn lớn lao, và tự do của nhân loại có thể vẫn chưa được bảo đảm.

◆

TỪ NHỮNG BƯỚC ĐI ĐẾN TRI THỨC — TIẾP TỤC RÈN LUYỆN

Sự Chống Cự

&

Tăng Quyền Lực

◆

SỰ CHỐNG CỰ &
TĂNG QUYỀN LỰC

Đạo Lý cho việc Tiếp Xúc

Ở mỗi chỗ rẽ, Đồng Minh khích lệ chúng ta giữ vai trò chủ động trong việc phân biệt rõ và chống lại Sự Can Thiệp từ ngoài hành tinh đang diễn ra trong thế giới của chúng ta ngày hôm nay. Điều này bao gồm việc phân biệt rõ những quyền lợi và ưu tiên của chúng ta như người thổ dân của thế giới này và việc thiết lập Luật Lệ Giao Tiếp riêng của chúng ta cho tất cả những liên lạc hiện tại và trong tương lai với những chúng loài khác.

Việc nhìn vào thế giới tự nhiên và xuyên suốt lịch sử loài người đủ để thể hiện cho chúng ta những bài học về sự can thiệp: rằng sự cạnh tranh cho tài nguyên là một phần cơ bản của tự nhiên, rằng sự can thiệp bởi một nền văn minh trên một nền văn minh khác là luôn diễn ra cho lợi ích cá nhân và có sức huỷ diệt trên nền văn minh và tự do của nhóm người đang bị khám phá và rằng loài mạnh luôn thống trị loài yếu, nếu họ có thể.

Mặc dù có thể hình dung rằng những chủng loài ngoài hành tinh đang viếng thăm thế giới của chúng ta có thể là một ngoại lệ cho quy luật này, một ngoại lệ như vậy phải được chứng minh và không còn bất kỳ nghi ngờ nào, bằng việc trao cho nhân loại quyền để đánh giá bất cứ đề nghị viếng thăm nào. Điều này chắc chắn đã chưa xảy ra.

Thay vào đó, trong trải nghiệm trong việc Chạm Trán của loài người cho tới nay, quyền lực và quyền sở hữu của chúng ta như người thổ dân của thế giới này đã bị ngăn chặn. Những "vị khách" đã theo đuổi mục đích riêng của họ, không hề quan tâm đến việc chấp thuận hay việc tham gia với đầy đủ thông tin của loài người.

Như Những Bài Chỉ Dẫn của Đồng Minh và hầu hết những nghiên cứu về UFO/ET đã chỉ ra một cách rõ ràng, việc chạm trán có đạo lý đang không diễn ra. Trong khi nó có thể là chính đáng cho một chủng loài ngoài hành tinh để chia sẻ với chúng ta kinh nghiệm và sự khôn ngoan của họ từ xa, như Đồng Minh đã làm, nó không chính đáng cho các chủng loài để tự ý đến đây và ráng can thiệp trong vấn đề của loài người, ngay cả dưới chiêu bài để giúp chúng ta. Bởi vì ở trình độ phát triển của loài người ở thời điểm này như một chủng loài non trẻ, làm điều này là không có đạo lý.

Nhân loại chưa có cơ hội để thiết lập Luật Lệ Giao Tiếp riêng của nó hay thiết lập những giới hạn mà mỗi chủng loài thổ dân phải thiết lập cho sự an toàn và an ninh riêng của nó. Làm việc này sẽ giúp nuôi dưỡng sự thống nhất và hợp tác của loài người bởi vì chúng ta sẽ phải hợp nhất để đạt được điều này. Hành động này sẽ đòi hỏi nhận thức rằng chúng ta là một con người cùng chia sẻ một thế giới, rằng chúng ta không một mình trong vũ trụ và rằng ranh giới không gian của chúng ta phải được thiết lập và bảo vệ. Thật bi kịch, quá trình phát triển cần thiết này đang bị cản trở ngay lúc này.

Những Bài Chỉ Dẫn từ Đồng Minh đã được gửi đến để khuyến khích việc chuẩn bị của nhân loại cho thực tế của sự sống trong Cộng Đồng Vĩ Đại. Thật vậy, thông điệp của Đồng Minh cho nhân loại là một ví dụ cho việc tiếp xúc có đạo lý thật sự là sao. Họ không nhúng tay vào, họ tôn trọng khả năng vốn có và chủ quyền của chúng ta và cùng lúc khích lệ tự do và sự thống nhất mà gia đình loài người sẽ cần để chèo lái tương lai của chúng ta trong Cộng Đồng Vĩ Đại. Trong khi nhiều người hôm nay nghi ngờ rằng nhân loại có quyền lực và sự chính trực để giải quyết nhu cầu và thử thách của nó trong tương lai, Đồng Minh bảo đảm với chúng ta rằng quyền lực này, quyền lực thánh linh của Tri Thức, nằm bên trong tất cả chúng ta và chúng ta phải sử dụng nó cho lợi ích của chúng ta.

Cách chuẩn bị cho việc trỗi dậy của nhân loại vào Cộng Đồng Vĩ Đại đã được trao tặng. Hai bộ Những Bài Chỉ Dẫn của Đồng Minh Nhân Loại và những quyển sách Con Đường Tri Thức của Cộng Đồng Vĩ Đại dành cho độc giả ở mọi nơi. Chúng có thể được đọc ở www.alliesofhumanity.org/vi và www.newmessage.org/vi. Cùng nhau chúng trao cho cách để cản lại Sự Can Thiệp và để đối mặt tương lai của chúng ta trong một thế giới đang đổi thay ở ngưỡng cửa không gian. Đây là cách chuẩn bị duy nhất như vậy trong thế giới ngày hôm nay. Nó chính là sự chuẩn bị mà Đồng Minh đã khẩn trương kêu gọi.

Để đáp lại Những Bài Chỉ Dẫn của Đồng Minh, một nhóm độc giả tận tụy đã biên soạn một bản thảo tựa đề Bản Tuyên Ngôn Chủ Quyền Loài Người. Dựa vào Bản Tuyên Ngôn Độc Lập Mỹ, Bản Tuyên Ngôn Chủ Quyền Loài Người thiết lập Đạo Lý cho việc Tiếp Xúc và Luật Lệ Giao Tiếp mà chúng ta, là người thổ dân của thế giới, cần một cách tuyệt vọng ngay lúc này để gìn giữ tự do và chủ quyền loài người. Là người thổ dân của thế giới này, chúng ta có quyền và trách nhiệm để quyết định khi nào và làm sao việc viếng thăm sẽ xảy ra và ai có thể vào trong thế giới chúng ta. Chúng ta phải cho tất cả những quốc gia và những nhóm trong vũ trụ đang biết về sự tồn tại của chúng ta biết rằng chúng ta tự quyết và có ý định thực thi quyền lợi và trách nhiệm của chúng ta như một chủng loài tự do đang trỗi lên trong Cộng Đồng

Vĩ Đại. Bản Tuyên Ngôn Chủ Quyền Loài Người là điểm khởi đầu và có thể được đọc trên mạng ở www.humansovereignty.org.

SỰ CHỐNG CỰ & TĂNG QUYỀN LỰC

Hành Động – Việc bạn có thể làm

Đồng Minh mong muốn chúng ta nổi dậy cho phúc lợi của thế giới chúng ta và để trở thành, về bản chất, Đồng Minh Nhân Loại. Nhưng để là chân thật, cam kết này phải đến từ lương tâm của chúng ta, phần sâu thẳm nhất của chúng ta. Có nhiều việc bạn có thể làm để cản lại Sự Can Thiệp và để trở thành một thế lực tích cực bằng cách tăng cường bản thân và những người chung quanh bạn.

Một vài độc giả đã tả cảm giác tuyệt vọng sau khi đọc tài liệu Đồng Minh. Nếu đây là trải nghiệm của bạn, đó là quan trọng để nhớ rằng ý định của Sự Can Thiệp là để ảnh hưởng bạn để cảm thấy hoặc là chấp nhận và hi vọng hoặc là bất lực khi đối mặt với sự hiện diện của họ. Đừng để bản thân bị thuyết phục dễ dàng như vậy. Bạn tìm thấy sức mạnh của bạn bằng việc hành động. Bạn có thể thật sự làm gì? Có rất nhiều thứ bạn có thể làm.

Giáo dục bản thân.

Việc chuẩn bị phải bắt đầu với nhận thức và giáo dục. Bạn phải hiểu biết về điều bạn đang đối phó. Giáo dục bản thân về hiện tượng đĩa bay (UFO) hay người ngoài hành tinh (ET). Giáo dục bản thân về những khám phá mới về khoa học hành tinh và sinh vật học vũ trụ đang trở nên phổ biến.

BÀI ĐỌC THÊM

· Xem "Tài Liệu Thêm" trong Phụ Lục.

◆

Chống lại ảnh hưởng của Chương Trình Bình Định.

Chống lại Chương Trình Bình Định. Chống lại sức ảnh hưởng để trở thành thờ ơ và lãnh đạm với Tri Thức của chính bạn. Chống lại Sự Can Thiệp thông qua nhận thức, thông qua tuyên truyền và thông qua hiểu biết. Khuyến khích sự hợp tác, thống nhất và sự chính trực của loài người.

BÀI ĐỌC THÊM

· Thánh Linh trong Cộng Đồng Vĩ Đại, Chương 6: "Cộng Đồng Vĩ Đại là gì?" và Chương 11: "Bạn Chuẩn Bị Cho Điều Gì?"
· Sống Theo Con Đường của Tri Thức, Chương 1: "Sống trong một Thế Giới đang Trỗi Dậy"

◆

Trở nên nhận thức về môi trường tinh thần.

Môi trường tinh thần là môi trường của suy nghĩ và ảnh hưởng mà tất cả chúng ta đang sống trong. Ảnh hưởng của nó lên suy nghĩ, cảm xúc và hành động của chúng ta là lớn hơn cả ảnh hưởng của môi trường vật lý. Môi trường tinh thần ngay lúc này đang bị tác động trực tiếp và bị ảnh hưởng bởi Sự Can Thiệp. Nó cũng đang bị tác động bởi chính quyền và những lợi ích thương mại xung quanh chúng ta. Trở nên nhận thức về môi trường tinh thần là thiết yếu để giữ gìn tự do của của riêng bạn để suy nghĩ một cách tự do và rõ ràng. Bước đầu tiên bạn có thể làm là lựa chọn một cách có ý thức ai và điều gì đang ảnh hưởng suy nghĩ và quyết định của bạn thông qua dữ liệu mà bạn nhận từ bên ngoài. Điều này bao gồm truyền thông, sách vở và những người bạn có sức thuyết phục, gia đình và những người có thẩm quyền. Đặt ra chỉ dẫn cho riêng bạn và học cách để xác định rõ, với sự phân biệt và khách quan, điều gì những người khác và ngay cả nền văn hoá đang bảo bạn. Mỗi người chúng ta phải học cách để phân biệt với ý thức những ảnh hưởng này để bảo vệ và nâng cao môi trường tinh thần mà chúng ta đang sống trong.

BÀI ĐỌC THÊM

·   Minh Triết từ Cộng Đồng Vĩ Đại Tập II, Chương 12: "Việc Biểu Hiện Bản Thân và Môi Trường Tinh Thần" và Chương 15: "Đáp lại Cộng Đồng Vĩ Đại"

◆

Học về Con Đường Tri Thức trong Cộng Đồng Vĩ Đại.

Việc học về Con Đường Tri Thức trong Cộng Đồng Vĩ Đại đem bạn tiếp xúc trực tiếp với tâm trí thánh linh sâu thẳm hơn mà Đấng Tạo Hoá của mọi sự sống đã đặt bên trong bạn. Đó là ở nơi của tâm trí sâu thẳm hơn này bên ngoài trí tuệ của bạn, ở nơi của Tri Thức, mà bạn an toàn khỏi sự can thiệp và thao túng bởi bất kỳ thế lực nào từ thế giới hay Cộng Đồng Vĩ Đại. Tri Thức cũng giữ cho bạn mục đích thánh linh vĩ đại của bạn cho việc đến trong thế giới ở thời điểm này. Nó ở ngay trung tâm của thánh linh của bạn. Bạn có thể bắt đầu hành trình của bạn trong Con Đường Tri Thức trong Cộng Đồng Vĩ Đại ngày hôm nay bằng cách học Những Bước Đi đến Tri Thức trực tuyến ở www.newmessage.org/vi.

BÀI ĐỌC THÊM

· Thánh Linh trong Cộng Đồng Vĩ Đại, Chương 4: "Tri Thức là Gì?"
· Sống theo Con Đường của Tri Thức: Tất cả các chương
· Học Những Bước Đi đến Tri Thức: Quyển Sách về Hiểu Biết Nội Tâm

◆

Thành Lập Nhóm Đọc Đồng Minh.

Để xây dựng một môi trường nơi mà tài liệu Đồng Minh có thể được xem xét một cách sâu sắc, kết nối với những người khác để thành lập một Nhóm Đọc Đồng Minh. Chúng tôi thấy rằng khi bạn đọc to Những Bài Chỉ Dẫn của Đồng Minh và những quyển sách Con Đường Tri Thức trong Cộng Đồng Vĩ Đại với người khác trong một môi trường nhóm ủng hộ và có thể tự do chia sẻ câu hỏi và những điều sâu sắc, hiểu biết về tài liệu của bạn phát triển một cách mạnh mẽ. Đây là một cách mà bạn có thể bắt đầu tìm những người chia sẻ với bạn nhận thức và khao khát để biết sự thật về Sự Can Thiệp. Bạn có thể bắt đầu với chỉ một người.

BÀI ĐỌC THÊM

· Minh Triết từ Cộng Đồng Vĩ Đại Tập II, Chương 10: "Những Cuộc Viếng Thăm từ Cộng Đồng Vĩ Đại," Chương 15: "Đáp Lại Cộng Đồng Vĩ Đại," Chương 17: "Quan Điểm của Những Vị Khách về Nhân Loại," và Chương 28: "Thực Tế trong Cộng Đồng Vĩ Đại"
· Đồng Minh của Nhân Loại Tập Hai: Tất cả các chương.

◆

Giữ gìn và bảo vệ môi trường.

Với từng ngày trôi qua, chúng ta đang học nhiều thêm về nhu cầu để giữ gìn, bảo vệ và phục hồi môi trường tự nhiên của chúng ta. Ngay cả khi Sự Can Thiệp không tồn tại, điều này vẫn là một ưu tiên. Nhưng thông điệp của Đồng Minh trao cho một lực đẩy mới và một hiểu biết mới cho nhu cầu để duy trì những nguồn tài nguyên tự nhiên của thế giới chúng ta. Trở nên có ý thức về cách bạn sống và thứ bạn xài và tìm hiểu về điều bạn có thể làm để duy trì môi trường. Như Đồng Minh nhấn mạnh, khả năng tự cung cấp của chủng loài chúng ta sẽ là cần thiết để bảo vệ tự do và sự tiến bộ của chúng ta trong Cộng Đồng Vĩ Đại của sự sống thông minh.

BÀI ĐỌC THÊM

· Minh Triết từ Cộng Đồng Vĩ Đại Tập I, Chương 14: "Quá Trình Tiến Hoá của Thế Giới"
· Minh Triết từ Cộng Đồng Vĩ Đại Tập II, Chương 25: "Môi Trường"

◆

Lan truyền thông điệp về Những Bài Chỉ Dẫn từ Đồng Minh Nhân Loại.

Việc chia sẻ thông điệp của Đồng Minh với những người khác là cực kỳ quan trọng bởi những lý do sau:

— Bạn giúp phá vỡ sự im lặng ngột ngạt xung quanh thực tế và bóng tối của Sự Can Thiệp từ ngoài hành tinh.

— Bạn giúp đập vỡ sự cô lập đang ngăn chặn con người kết nối với nhau về thử thách vĩ đại này.

— Bạn thức tỉnh những người đã rơi dưới ảnh hưởng của Chương Trình Bình Định, trao cho họ cơ hội để dùng trí tuệ của họ để đánh giá lại ý nghĩa của hiện tượng này.

— Bạn củng cố sự quyết tâm trong bạn và trong những người khác để không đầu hàng với sự sợ hãi hay tránh né khi đối mặt với thử thách vĩ đại của thời đại chúng ta.

— Bạn xác nhận sự sáng suốt và Tri Thức riêng của những người khác về Sự Can Thiệp.

— Bạn giúp thiết lập sự chống cự mà có thể ngăn chặn Sự Can Thiệp và khuyến khích sự tăng quyền lực để trao cho nhân loại sự thống nhất và sức mạnh để thiết lập Luật Lệ Giao Tiếp riêng của chúng ta.

ĐÂY LÀ NHỮNG BƯỚC CỤ THỂ MÀ BẠN CÓ THỂ LÀM HÔM NAY:

— Chia sẻ quyển sách này và thông điệp của nó với người khác. Toàn bộ tập một bây giờ có thể được đọc và tải xuống miễn phí ở trang web Đồng Minh: www.alliesofhumanity.org/vi.

— Đọc Bản Tuyên Ngôn Chủ Quyền Loài Người và chia sẻ tài liệu giá trị này với người khác. Nó có thể được đọc trực tuyến và in ra ở www.humansovereignty.org.

— Khuyến khích nhà sách và thư viện khu vực của bạn mang hai tập Đồng Minh của Nhân Loại và những quyển sách khác bởi Marshall Vian Summers. Việc này giúp những độc giả khác tiếp cận tài liệu.

— Chia sẻ tài liệu và quan điểm của Đồng Minh ở những forums và nhóm thảo luận trực tuyến khi thích hợp.

— Tham dự hội thảo và những cuộc tụ họp liên quan và chia sẻ quan điểm của Đồng Minh.

— Phiên dịch Những Bài Chỉ Dẫn từ Đồng Minh Nhân Loại. Nếu bạn biết nhiều thứ tiếng, xin hãy xem xét việc giúp phiên dịch Những Bài Chỉ Dẫn để giúp chúng phổ biến cho nhiều độc giả hơn trên khắp thế giới.

— Liên lạc với Thư Viện Thông Điệp Mới để nhận tài liệu miễn phí để giúp bạn chia sẻ thông điệp này với người khác.

BÀI ĐỌC THÊM

· Sống theo Con Đường Tri Thức, Chương 9: "Chia Sẻ Con Đường Tri Thức với Người Khác"
· Minh Triết từ Cộng Đồng Vĩ Đại Tập II, Chương 19: "Sự Can Đảm"

◆

Đây không phải là danh sách trọn vẹn. Nó chỉ là điểm khởi đầu. Nhìn vào cuộc sống riêng của bạn và tìm cơ hội nào ở đó, và rộng mở với Tri Thức và sự sáng suốt của bạn về vấn đề này. Ngoài việc làm những điều được thống kê ở trên, con người đã tìm thấy nhiều cách sáng tạo để bộc lộ thông điệp của Đồng Minh—thông qua nghệ thuật, thông qua âm nhạc, thông qua thơ. Hãy tìm con đường của bạn.

THÔNG ĐIỆP TỪ
MARSHALL VIAN SUMMERS

◆

Trong 25 năm, tôi đã chìm trong trải nghiệm tín ngưỡng. Điều này dẫn đến việc tôi nhận lãnh một số lượng lớn bài viết về bản chất của thánh linh loài người và định mệnh loài người trong một bối cảnh lớn hơn của sự sống thông minh trong vũ trụ. Những bài viết này, nằm trong giáo huấn về Con Đường Tri Thức trong Cộng Đồng Vĩ Đại, chứa đựng một khuôn khổ thần học để giải thích cho sự sống và sự hiện diện của Chúa trong Cộng Đồng Vĩ Đại, tầm rộng vĩ đại của không gian và thời gian mà là vũ trụ của chúng ta.

Vũ trụ học mà tôi đã đang nhận lãnh chứa đựng nhiều thông điệp, một trong số đó là về việc nhân loại đang trồi vào một Cộng Đồng Vĩ Đại của sự sống thông minh và chúng ta phải chuẩn bị cho việc này. Chứa đựng trong thông điệp này là hiểu biết rằng nhân loại không đơn độc trong vũ trụ, hay ngay cả trong thế giới riêng của chúng ta, và rằng trong Cộng Đồng Vĩ Đại này, nhân loại sẽ có bạn, đối thủ và kẻ thù.

Thực tế vĩ đại này đã được xác nhận một cách đầy kịch tính bởi việc truyền đạt đột ngột và bất ngờ của Những Bài Chỉ Dẫn từ Đồng Minh của Nhân Loại đầu tiên vào năm 1997. Ba năm trước đó, năm 1994, tôi đã nhận lãnh khuôn khổ để hiểu được Những Bài Chỉ Dẫn từ Đồng Minh trong quyển sách *Thánh Linh trong Cộng Đồng Vĩ Đại: Một Tiếc Lộ Mới*. Vào lúc đó, bởi công việc và việc viết lách về thánh linh của tôi, tôi đã hiểu được là nhân loại có đồng minh trong vũ trụ, những loài lo lắng về phúc lợi và tự do tương lai của chủng loài chúng ta.

Bên trong vũ trụ rộng mở đã được tiết lộ cho tôi là hiểu biết rằng, trong lịch sử của sự sống thông minh trong vũ trụ, những chủng loài tiến bộ về đạo lý có trách nhiệm để lại minh triết của họ cho những loài non trẻ đang trỗi dậy như chúng ta và rằng việc truyền tải này phải diễn ra không với sự dính dáng trực tiếp hay sự can thiệp vào những vấn đề của chủng loài non trẻ đó. Mục đích ở đây là để cung cấp thông tin, không phải để can thiệp. Việc "truyền lại minh triết" này tượng trưng cho một khuôn khổ đạo lý lâu đời về Sự Tiếp Xúc với những chủng loài đang trỗi dậy và cách nó nên được thực hiện. Hai bộ Những Bài Chỉ Dẫn từ Đồng Minh của Nhân Loại là một ví dụ rõ cho kiểu mẫu của Sự Tiếp Xúc có đạo lý và không can thiệp. Kiểu mẫu này nên là ánh sáng dẫn đường và một tiêu chuẩn mà chúng ta nên muốn những chủng loài khác làm theo khi muốn tiếp xúc với chúng ta hay thăm thế giới chúng ta. Nhưng ví dụ của Sự Chạm Trán có đạo lý này là hoàn toàn đối nghịch với Sự Can Thiệp đang diễn ra trong thế giới ngày hôm nay.

Chúng ta đang tiến vào một vị trí vô cùng yếu ớt. Với bóng đen của sự cạn kiệt tài nguyên, suy thoái môi trường và hiểm nguy ngày càng tăng về việc ngày càng rạn nứt trong gia đình loài người, chúng ta đã chín muồi cho Sự Can Thiệp. Chúng ta có vẻ sống trong cô lập trong một thế giới giàu có và giá trị mà đang được theo đuổi bởi những loài bên ngoài ranh giới chúng ta. Chúng ta bị phân tán và chia rẽ và không thấy mối hiểm nguy vĩ đại đang can thiệp ở ranh giới chúng ta. Đây là một hiện tượng mà lịch sử đã lập lại nhiều lần về số phận của những người thổ dân cô lập lần đầu đối mặt với sự can thiệp. Chúng ta không thực tiễn trong giả định của chúng ta về quyền lực và lòng nhân từ của sự sống thông minh trong vũ trụ. Và chúng ta bây giờ mới bắt đầu xem xét tình trạng mà chúng ta đã tạo ra cho bản thân trong thế giới riêng của chúng ta.

Sự thật không được ưa chuộng đó là gia đình loài người chưa sẵn sàng cho một trải nghiệm trực tiếp với Sự Chạm Trán và chắc chắn là chưa sẵn sàng cho sự can thiệp. Chúng ta trước hết phải sắp xếp lại ngôi nhà của chúng ta. Chủng loài chúng ta chưa có sự trưởng thành để kết nối với những chủng loài khác trong Cộng Đồng Vĩ Đại từ vị trí thống nhất, mạnh mẽ và biết phân biệt. Và cho tới khi chúng ta có thể đạt được một vị trí như vậy, nếu chúng ta có thể, thì không chủng loài nào được can thiệp trực tiếp vào thế giới chúng ta. Đồng Minh đang trao cho chúng ta minh triết và quan điểm rất cần thiết, nhưng họ không can thiệp. Họ nói cho chúng ta biết số phận của chúng ta là gì, và nó nên ở trong tay chúng ta. Đó là gánh nặng của tự do trong vũ trụ.

Mặc cho việc chúng ta chưa sẵn sàng, tuy nhiên, Sự Can Thiệp đang diễn ra. Nhân loại bây giờ phải chuẩn bị cho điều này, ngưỡng cửa có hậu quả nhất trong lịch sử loài người. Thay vì chỉ là nhân chứng ngẫu nhiên cho hiện tượng này, chúng ta đang ở tâm điểm của nó. Nó đang diễn ra mặc dù chúng ta có nhận thức về nó hay không. Nó có sức mạnh để thay đổi kết quả cho nhân loại. Và nó hoàn toàn liên quan đến việc chúng ta là ai và tại sao chúng ta đang ở trong thế giới ngay lúc này.

Con Đường Tri Thức trong Cộng Đồng Vĩ Đại đã được trao để đưa cho giáo huấn và sự chuẩn bị mà chúng ta ngay lúc này cần để đối mặt với ngưỡng cửa vĩ đại này, để làm mới tinh thần loài người và để đặt ra một phương hướng mới cho gia đình loài người. Nó nói với nhu cầu khẩn cấp cho sự thống nhất và hợp tác của loài người; tầm quan trọng của Tri Thức, trí khôn thánh linh của chúng ta; và những trách nhiệm vĩ đại chúng ta phải nhận lãnh ở ngưỡng cửa của không gian. Nó tượng trưng cho một Thông Điệp Mới từ Đấng Tạo Hoá của mọi sự sống.

Sứ mệnh của tôi là để đem đến vũ trụ học và sự chuẩn bị vĩ đại này vào trong thế giới và với nó một niềm hi vọng và hứa hẹn mới cho một nhân loại đang vẫy vùng. Quá trình chuẩn bị lâu dài của tôi và giáo huấn rộng lớn trong Con Đường Tri Thức trong Cộng Đồng Vĩ Đại đang ở đây cho mục đích này. Những Bài Chỉ Dẫn từ Đồng Minh chỉ là một phần nhỏ của thông điệp lớn hơn này. Đây là lúc để chấm dứt những xung đột không ngừng của chúng ta và để chuẩn bị cho sự sống trong Cộng Đồng Vĩ Đại. Để làm việc này, chúng ta cần một hiểu biết mới về bản thân như một người—người thổ dân của thế giới này, sinh ra từ một thánh linh—và về vị trí yếu ớt của chúng ta như một chủng loài non trẻ, đang trổi dậy trong vũ trụ. Đây là thông điệp của tôi cho nhân loại và đây là tại sao tôi đã đến.

MARSHALL VIAN SUMMERS

2008

Phụ Lục

◆

ĐỊNH NGHĨA TỪ

◆

ĐỒNG MINH CỦA NHÂN LOẠI: Một nhóm nhỏ những loài hữu hình từ Cộng Đồng Vĩ Đại đang ẩn mình gần thế giới chúng ta trong hệ mặt trời của chúng ta. Sứ mệnh của họ là để quan sát, báo cáo và khuyên bảo chúng ta về hoạt động của những vị khách từ ngoài hành tinh và sự can thiệp trong thế giới ngày hôm nay. Họ đại diện cho những nhà thông thái từ nhiều thế giới.

NHỮNG VỊ KHÁCH: Một vài chủng loài khác ngoài hành tinh từ Cộng Đồng Vĩ Đại đang "viếng thăm" thế giới chúng ta—mà không có sự cho phép của chúng ta—đang tích cực can thiệp vào vấn đề của loài người. Những vị khách tham gia vào một hành trình dài để hội nhập bản thân vào trong cơ cấu và linh hồn của cuộc sống loài người với mục đích giành được quyền điều khiển tài nguyên thế giới và loài người.

SỰ CAN THIỆP: Sự hiện diện, mục đích và hoạt động của những vị khách ngoài hành tinh trong thế giới.

CHƯƠNG TRÌNH BÌNH ĐỊNH: Chương trình thuyết phục và ảnh hưởng của những vị khách để tước đi nhận thức và khả năng phân biệt của con người về Sự Can Thiệp để khiến cho nhân loại thụ động và dễ tuân thủ.

CỘNG ĐỒNG VĨ ĐẠI: Không gian. Vũ trụ vật lý và thánh linh mênh mông mà nhân loại đang trỗi vào, nó chứa đựng vô số biểu hiện của sự sống thông minh.

NHỮNG NGƯỜI VÔ HÌNH: Những Thiên Thần của Đấng Tạo Hóa, những người trông coi việc phát triển thánh linh của các sinh linh khắp cả Cộng Đồng Vĩ Đại. Đồng Minh gọi họ là "Những Người Vô Hình."

ĐỊNH MỆNH CỦA NHÂN LOẠI: Nhân loại có định mệnh để trỗi vào Cộng Đồng Vĩ Đại. Đây là quá trình tiến hóa của chúng ta.

TẬP ĐOÀN: Những tổ chức với hệ thống cấp bậc phức tạp bao gồm vài chủng loài ngoài hành tinh liên kết với nhau bởi cùng một lòng trung thành. Những vị khách ngoài hành tinh thuộc về hơn một tập đoàn đang có mặt trong thế giới ngày hôm nay. Những tập đoàn này có những mục tiêu cạnh tranh nhau.

MÔI TRƯỜNG TINH THẦN: Môi trường của suy nghĩ và ảnh hưởng trên tinh thần.

TRI THỨC: Trí khôn thánh linh đang sống trong mỗi người. Cội Nguồn của tất cả những điều chúng ta biết. Sự hiểu biết sẵn có. Sự khôn ngoan vĩnh cửu. Phần vĩnh cửu của chúng ta mà không thể bị ảnh hưởng, thao túng hay làm hư. Một tiềm năng trong tất cả mọi sự sống thông minh. Tri Thức là Chúa trong bạn và Chúa là tất cả Tri Thức trong vũ trụ.

NHỮNG CON ĐƯỜNG CỦA SỰ SÁNG SUỐT: Những giáo huấn trong Con Đường Tri Thức được dạy ở nhiều thế giới trong Cộng Đồng Vĩ Đại.

CON ĐƯỜNG TRI THỨC TRONG CỘNG ĐỒNG VĨ ĐẠI: Một giáo huấn thánh linh từ Đấng Tạo Hóa được thực hành ở nhiều nơi trong Cộng Đồng Vĩ Đại. Nó dạy cách để trải nghiệm và thể hiện Tri Thức và cách để giữ gìn tự do cá nhân trong vũ trụ. Giáo huấn này đã được gửi đến đây để chuẩn bị nhân loại cho thực tế của sự sống trong Cộng Đồng Vĩ Đại.

LỜI BÌNH LUẬN VỀ
ĐỒNG MINH CỦA NHÂN LOẠI

"Tôi đã rất ấn tượng với Đồng Minh của Nhân Loại . . . bởi vì thông điệp nghe thật. Tiếp xúc qua ra-đa, hiệu quả trên mặt đất, băng video và phim tất cả đều chứng minh UFOs là có thật. Bây giờ chúng ta phải xem xét câu hỏi thật sự: mục tiêu của người ngoài hành tinh. Đồng Minh của Nhân Loại đối mặt một cách mạnh mẽ với vấn đề này, vấn đề mà có thể sẽ là rất quan trọng cho tương lai của nhân loại."

> — JIM MARRS, tác giả của
> *Mục Tiêu của Người Ngoài Hành
> Tinh và Thống Trị thông qua Bí Mật
> (Alien Agenda and Rule by Secrecy)*

"Dựa vào nhiều thập kỷ nghiên cứu về việc truyền dẫn từ thần linh và đĩa bay/sự sống ngoài hành tinh, tôi có một phản hồi rất tích cực cho cả Summers như một người trung gian và cho thông điệp từ những nguồn của ông ấy trong quyển sách này. Tôi ấn tượng sâu sắc với sự chính trực của con người, của linh hồn ông ấy, như một người trung gian thật sự. Trong thông điệp và cách xử xự của họ, cả Summers và nguồn của ông ấy đã thể hiện một cách đầy thuyết phục cho tôi định hướng thật để phục vụ người khác khi mà rất nhiều người, và bây giờ ngay cả người ngoài hành tinh, chỉ phục vụ bản thân. Trong khi giọng văn nghiêm túc và đầy cảnh báo, thông điệp của quyển sách này làm tinh thần tôi sôi nổi hơn với hứa hẹn cho những điều tuyệt vời chờ đợi chủng loài chúng ta khi chúng ta gia nhập Cộng Đồng Vĩ Đại. Chúng ta cùng lúc phải tìm và kết nối với mối quan hệ dòng dõi với Đấng Tạo Hóa của chúng ta để đảm bảo rằng trong hành trình này chúng ta không quá bị thao túng hay bóc lột bởi vài thành viên của cộng đồng vĩ đại."

> — JON KLIMO, tác giả của
> *Việc Truyền Dẫn: Nghiên Cứu về*
> *Việc Nhận Lãnh Thông Tin từ*
> *Những Nguồn Siêu Nhiên*
> *(Channeling: Investigations on*
> *Receiving Information from*
> *Paranormal Sources)*

"Nghiên cứu về Hiện Tượng UFO/Việc Bắt Cóc bởi Người Ngoài Hành Tinh trong 30 năm như là gắn lại một bản lắp hình khổng lồ. Quyển sách của bạn, cuối cùng, đã trao cho tôi một khuôn khổ để ráp vào những miếng còn lại."

> — ERICK SCHWARTZ,
> LCSW, California

"Có bữa trưa miễn phí trong vũ trụ không? Đồng Minh của Nhân Loại nhắc cho chúng ta một cách mạnh mẽ rằng, không có."

> — ELAINE DOUGLASS,
> Giám đốc bang của MUFON, Utah

"Đồng Minh sẽ có một tiếng vang vĩ đại trong cộng đồng nói tiếng Tây Ban Nha khắp thế giới. Tôi có thể bảo đảm điều này! Rất nhiều người, không chỉ trong quốc gia của tôi, đang đấu tranh cho quyền lợi của họ để giữ gìn nền văn hóa của họ! Những quyển sách của bạn xác nhận điều họ đã luôn ráng nói cho chúng ta thông qua rất nhiều cách, trong một quãng thời gian dài."

—INGRID CABRERA, Mexico

"Quyển sách này vang dội sâu sắc trong tôi. Đối với tôi, [Đồng Minh của Nhân Loại] là hoàn toàn đột phá. Tôi tôn vinh những thế lực, từ loài người và những thế lực khác, đã đem đến quyển sách này, và tôi cầu nguyện rằng thông điệp khẩn cấp của nó được lắng nghe."

—RAYMOND CHONG, Singapore

"Hầu hết tài liệu Đồng Minh vang dội với điều tôi đã biết, hay dựa vào bản năng cảm thấy là thật."

— TIMOTHY GOOD Nhà nghiên cứu UFO và tác giả người Anh của *Vượt Qua Bí Mật và Sự Vạch Trần Ngoài Thế Giới (Beyond Top Secret and Unearthly Disclosure)*

TIẾP TỤC HỌC HỎI

◆

ĐỒNG MINH CỦA NHÂN LOẠI nói về những câu hỏi căn bản về thực tế, bản chất và mục đích của sự hiện diện của người ngoài hành tinh trong thế giới ngày hôm nay. Tuy nhiên, quyển sách này đặt ra nhiều câu hỏi hơn mà phải được khám phá thông qua việc tiếp tục nghiên cứu. Như vậy, nó như là một chất xúc tác cho nhận thức lớn hơn và là một tiếng gọi cho hành động.

Để học hỏi thêm, có hai con đường mà độc giả có thể đi theo, riêng biệt hay cùng nhau. Con đường đầu tiên là để học về hiện tượng UFO/ET, điều đã được ghi nhận rộng rãi trong vòng bốn thập kỷ trở lại bởi những nhà nghiên cứu đại diện cho nhiều quan điểm khác nhau. Trong những trang kế tiếp, chúng tôi đã liệt kê những tài liệu quan trọng về vấn đề này mà chúng tôi cảm thấy là đặc biệt liên quan đến tài liệu Đồng Minh. Chúng tôi khuyến khích tất cả độc giả để trở nên hiểu biết hơn về hiện tượng này.

Con đường thứ hai là dành cho những độc giả muốn khám phá những hậu quả thánh linh của hiện tượng này và điều bản thân bạn có thể làm để chuẩn bị. Cho việc này chúng tôi giới thiệu những bài viết của MV Summers được liệt kê trong những trang kế tiếp.

Để được thông báo về những tài liệu mới liên quan đến Đồng Minh của Nhân Loại, hãy đến trang Đồng Minh ở: www.alliesofhumanity.org/vi. Cho nhiều thông tin hơn về Con Đường Tri Thức trong Cộng Đồng Vĩ Đại, hãy đến: www.newmessage.org/vi.

TÀI LIỆU BỔ SUNG

◆

Bên dưới là một danh sách sơ bộ cho những tài liệu về hiện tượng UFO/ET. Nó không định là một thư mục trọn vẹn về chủ đề này, mà chỉ là một điểm bắt đầu. Khi bạn bắt đầu nghiên cứu về thực tế của hiện tượng này, sẽ có nhiều tài liệu hơn cho bạn khám phá, bởi những nguồn này và những nguồn khác. Sự phân biệt rõ luôn được khuyến khích.

SÁCH

Berliner, Don: *UFO Briefing Document*, Dell Publishing, 1995.

Bryan, C.D.B.: *Close Encounters of the Fourth Kind: Alien Abduction, UFOs and the Conference at MIT*, Penguin, 1996.

Dolan, Richard: *UFOs and the National Security State: Chronology of a Coverup, 1941-1973*, Hampton Roads Publishing, 2002.

Fowler, Raymond E.: *The Allagash Abductions: Undeniable Evidence of Alien Intervention*, 2nd Edition, Granite Publishing, LLC, 2005.

Good, Timothy: *Unearthly Disclosure*, Arrow Books, 2001.

Grinspoon, David: *Lonely Planets: The Natural Philosophy of Alien Life*, Harper Collins Publishers, 2003.

Hopkins, Budd: *Missing Time*, Ballantine Books, 1988.

Howe, Linda Moulton: *An Alien Harvest*, LMH Productions, 1989.

Jacobs, David: *The Threat: What the Aliens Really Want*, Simon & Schuster, 1998.

Mack, John E.: *Abduction: Human Encounters with Aliens*, Charles Scribner's Sons, 1994.

Marrs, Jim: *Alien Agenda: Investigating the Extraterrestrial Presence Among Us*, Harper Collins, 1997.

Sauder, Richard: *Underwater and Underground Bases*, Adventures Unlimited Press, 2001.

Turner, Karla: *Taken: Inside the Alien-Human Abduction Agenda*, Berkeley Books, 1992.

DVDs

The Alien Agenda and the Ethics of Contact with Marshall Vian Summers, MUFON Symposium, 2006. Available through New Knowledge Library.

The ET Intervention and Control in the Mental Environment, with Marshall Vian Summers, Conspiracy Con, 2007. Available through New Knowledge Library.

Out of the Blue: The Definitive Investigation of the UFO Phenomenon, Hanover House, 2007. To order: http://outofthebluethemovie.com/

TRANG WEB

www.humansovereignty.org

www.alliesofhumanity.org/vi

www.newmessage.org/vi

TRÍCH DẪN TỪ NHỮNG QUYỂN SÁCH CON ĐƯỜNG TRI THỨC TRONG CỘNG ĐỒNG VĨ ĐẠI

"Bạn không chỉ là một người trong một thế giới. Bạn là công dân của Cộng Đồng Vĩ Đại của các thế giới. Đây là vũ trụ vật lý mà bạn nhận biết thông qua những giác quan của bạn. Nó vĩ đại hơn nhiều so với điều bạn có thể hiểu bây giờ... Bạn là công dân của một vũ trụ vật lý vĩ đại. Điều này công nhận cả Dòng Dõi và Di Sản của bạn và mục đích của bạn trong cuộc sống ở thời điểm này, bởi vì thế giới của nhân loại đang tiến vào sự sống của Cộng Đồng Vĩ Đại của các thế giới. Bạn biết điều này, mặc dù những niềm tin của bạn chưa giải thích cho nó."

— Những Bước Đi đến Tri Thức:
Bước 187: Tôi là công dân của
Cộng Đồng Vĩ Đại của Các Thế Giới

"Bạn đã đến trong thế giới ở một bước ngoặt vĩ đại, một bước ngoặt mà bạn chỉ sẽ thấy một phần trong cuộc đời bạn. Nó là một điểm ngoặt khi mà thế giới của bạn tiếp xúc với những thế giới gần nó. Đây là quá trình tiến hóa tự nhiên của nhân loại, bởi vì nó là quá trình tiến hóa tự nhiên của tất cả các sự sống thông minh trong tất cả các thế giới."

— Những Bước Đi đến Tri Thức:
Bước 190: Thế giới đang
trỗi vào Cộng Đồng Vĩ Đại
của các thế giới và
đó là tại sao tôi đã đến

"Bạn có những người bạn tuyệt vời bên ngoài thế giới. Đó là tại sao nhân loại đang muốn tiến vào Cộng Đồng Vĩ Đại bởi vì Cộng Đồng Vĩ Đại đại diện cho một phạm vi rộng hơn cho những mối quan hệ thật của nhân loại. Bạn có những người bạn thật bên ngoài thế giới bởi vì bạn không cô độc trong thế giới và bạn không cô độc trong Cộng Đồng Vĩ Đại của các thế giới. Bạn có bạn bè bên ngoài thế giới này bởi vì Gia Đình Thánh Linh của bạn có đại diện của nó ở khắp nơi. Bạn có bạn bè bên ngoài thế giới này bởi vì bạn đang làm việc không chỉ cho quá trình tiến hóa của thế giới của bạn nhưng cũng cho quá trình tiến hoá của vũ trụ. Vượt khỏi sự tưởng tượng của bạn, vượt khỏi khả năng trừu tượng của bạn, điều này chắc chắn đúng."

> — *Những Bước Đi đến Tri Thức:*
> Bước 211: Tôi có những người bạn
> tuyệt vời bên ngoài thế giới này.

"Đừng phản ứng với hi vọng. Đừng phản ứng với sự sợ hãi. Phản hồi với Tri Thức."

> — *Minh Triết từ Cộng Đồng Vĩ Đại Tập II*
> Chương 10: Những Cuộc Viếng
> Thăm từ Cộng Đồng Vĩ Đại

"Tại sao điều này đang xảy ra?" Khoa học không thể trả lời. Lý do không thể trả lời. Mơ mộng hão huyền không thể trả lời. Việc bảo vệ bản thân trong sợ hãi không thể trả lời. Cái gì có thể trả lời? Bạn phải hỏi câu hỏi này với một kiểu tâm trí khác, nhìn với kiểu mắt khác và có một trải nghiệm khác ở đây."

> — *Minh Triết từ Cộng Đồng Vĩ Đại Tập II*
> Chương 10: Những Cuộc Viếng
> Thăm từ Cộng Đồng Vĩ Đại

"Bạn phải nghĩ về Chúa ngay lúc này trong Cộng Đồng Vĩ Đại—không phải Chúa của loài người, không phải Chúa của lịch sử được viết lại của bạn, không phải Chúa của những thử thách và khổ cực của bạn, nhưng là Chúa cho mọi thời đại, cho mọi chủng loài, cho mọi chiều không gian, cho những loài nguyên thuỷ và cho những loài tiến bộ, cho những loài suy nghĩ giống bạn và cho những loài suy nghĩ rất khác, cho những loài tin tưởng và cho những loài niềm tin là không thể giải thích được. Đây là Chúa trong Cộng Đồng Vĩ Đại. Và đây là nơi bạn phải bắt đầu."

— Thánh Linh trong Cộng Đồng Vĩ Đại
Chương 1: Chúa là Gì?

"Bạn được cần trong thế giới. Đây là lúc để chuẩn bị. Đây là lúc để trở nên tập trung và quyết tâm. Không có lối thoát khỏi điều này, bởi vì chỉ những ai phát triển trong Con Đường Tri Thức sẽ có khả năng trong tương lai và sẽ có thể giữ gìn tự do của họ trong một môi trường tinh thần mà sẽ ngày càng bị ảnh hưởng bởi Cộng Đồng Vĩ Đại."

— Sống Theo Con Đường Tri Thức:
Chương 6: Trụ Cột của
Sự Phát Triển Thánh Linh

"Không có anh hùng nào ở đây. Không có ai để thờ phụng. Có một nền tảng để xây dựng. Có việc phải làm. Có một quá trình chuẩn bị để trải qua. Và có một thế giới để phục vụ."

— Sống Theo Con Đường Tri Thức:
Chương 6: Trụ Cột của
Sự Phát Triển Thánh Linh

"Con Đường Tri Thức trong Cộng Đồng Vĩ Đại đang được đem vào trong thế giới, nơi nó không được biết đến. Nó không có lịch sử và bối cảnh nào ở đây. Loài người không quen với nó. Nó không nhất thiết phù hợp với những quan niệm, niềm tin hay mong chờ của họ. Nó không tuân theo hiểu biết về tín ngưỡng hiện thời của thế giới. Nó đến trong một hình dạng trần trụi—không có lễ nghi và sự lộng lẫy hào nhoáng, không giàu sang và dư thừa. Nó đến một cách tinh khiết và giản đơn. Nó như một đứa trẻ trong thế giới. Nó có vẻ như dễ bị tổn thương, nhưng nó đại diện cho một Thực Tế Vĩ Đại và một hứa hẹn vĩ đại cho nhân loại."

> —*Thánh Linh trong Cộng Đồng Vĩ Đại:*
> Chương 22: Tri Thức có thể được tìm
> thấy ở đâu?

"Có những loài trong Cộng Đồng Vĩ Đại quyền lực hơn bạn. Họ có thể đánh lừa bạn, nhưng chỉ khi bạn không nhìn. Họ có thể ảnh hưởng tâm trí bạn, nhưng họ không thể điều khiển nó nếu bạn đang với Tri Thức."

> — *Sống Theo Con Đường Tri Thức:*
> Chương 10: Có Mặt trong Thế Giới

"Nhân loại sống trong một ngôi nhà rất lớn. Một phần của ngôi nhà đang cháy. Và những loài đang viếng thăm nơi đây để xác định làm sao ngọn lửa có thể được dập tắt cho lợi ích của họ."

> — *Sống Theo Con Đường Tri Thức:*
> Chương 11: Chuẩn bị cho
> Tương Lai

"Đi ra ngoài vào một đêm sáng và nhìn lên. Định mệnh của bạn ở đó. Những khó khăn của bạn ở đó. Những cơ hội của bạn ở đó. Sự chuộc tội của bạn ở đó."

— *Thánh Linh trong Cộng Đồng Vĩ Đại:*
Chương 15: Ai Phục Vụ cho
Nhân Loại?

"Bạn không nên bao giờ giả định rằng có một lô-gíc lớn lao trong một chủng loài tiến bộ, ngoại trừ khi nó mạnh mẽ với Tri Thức. Thật ra, họ có thể cũng phòng thủ chống lại Tri Thức như bạn vậy. Những thói quen, lễ nghi, cấu trúc và uy quyền xưa phải được thử thách bởi dấu hiệu của Tri Thức. Đó là tại sao ngay cả trong Cộng Đồng Vĩ Đại, người nam hay nữ của Tri Thức là một thế lực mạnh mẽ."

— *Những Bước Đi đến Tri Thức:*
Trình Độ Cao

"Sự gan dạ của bạn trong tương lai phải không được sinh ra từ sự giả vờ, nhưng được sinh ra từ sự chắc chắn của bạn trong Tri Thức. Bằng cách này, bạn sẽ là một nơi lánh nạn cho bình an và một nguồn của cải cho những người khác. Đây là điều bạn được có ý định trở thành. Đây là tại sao bạn đã đến thế giới."

— *Những Bước Đi đến Tri Thức:*
Bước 162: Tôi sẽ không sợ hãi hôm nay.

"Đây không phải là thời điểm dễ dàng để ở trong thế giới, nhưng nếu việc đóng góp là mục đích và ý định của bạn, đây là thời điểm đúng để ở trong thế giới."

— *Thánh Linh trong Cộng Đồng Vĩ Đại:*
Chương 11: Việc Chuẩn Bị của Bạn
là cho Cái Gì?

"Để bạn có thể tiến hành sứ mệnh của bạn, bạn phải có những đồng minh tuyệt vời bởi vì Chúa biết rằng bạn không thể làm việc đó một mình."

— Thánh Linh trong Cộng Đồng Vĩ Đại:
Chapter 12: Whom Will You Meet?

"Đấng Tạo Hóa sẽ không để cho nhân loại không có sự chuẩn bị cho Cộng Đồng Vĩ Đại. Và cho việc này, Con Đường Tri Thức trong Cộng Đồng Vĩ Đại đang được trình bày. Nó được sinh ra từ Ý Muốn Vĩ Đại của vũ trụ. Nó được truyền tải thông qua những Thiên Thần của vũ trụ những người phục vụ sự trỗi dậy của Tri Thức ở khắp nơi và những người trau dồi những mối quan hệ mà có thể thể hiện Tri Thức ở khắp nơi. Công việc này là công việc của Thánh Thần trong thế giới, không phải để đưa bạn đến Thánh Thần, nhưng để đưa bạn đến thế giới, bởi vì thế giới cần bạn. Đó là tại sao bạn đã được gửi đến đây. Đó là tại sao bạn đã chọn để đến. Và bạn đã chọn để đến để phục vụ và ủng hộ sự trỗi dậy của thế giới vào trong Cộng Đồng Vĩ Đại, bởi vì đó là nhu cầu vĩ đại của nhân loại ngay lúc này, và nhu cầu vĩ đại đó sẽ che phủ tất cả những nhu cầu của nhân loại trong tương lai."

— Thánh Linh trong Cộng Đồng Vĩ Đại:
Giới Thiệu

VỀ TÁC GIẢ

◆

Mặc dù ông ấy ít được biết đến trong thế giới ngày hôm nay, Marshall Vian Summers có thể cuối cùng sẽ được ghi nhận là người thầy thánh linh quan trọng nhất đã nổi lên trong cuộc đời của chúng ta. Hơn hai mươi năm ông ấy đã lặng lẽ viết và giảng dạy một thánh linh công nhận một thực tế không thể phủ nhận được rằng nhân loại sống trong một vũ trụ bao la và được cư trú và ngay bây giờ cần khẩn cấp chuẩn bị cho sự trỗi dậy của nó vào trong Cộng Đồng Vĩ Đại của sự sống thông minh.

MV Summers dạy về việc rèn luyện Tri Thức, sự hiểu biết nội tâm. "Trực giác sâu thẳm nhất của chúng ta," ông ấy nói, "chỉ là một biểu hiện bên ngoài của quyền lực vĩ đại của Tri Thức." Những quyển sách của ông ấy *Những Bước Đi đến Tri Thức: Quyển Sách về Hiểu Biết Nội Tâm*, thắng giải Quyển Sách Của Năm về Thánh Linh ở Mỹ Năm 2000, và *Thánh Linh trong Cộng Đồng Vĩ Đại: Một Tiết Lộ Mới* cùng nhau xây dựng một nền tảng có thể được nhìn nhận là "Thần Học về Sự Chạm Trán" đầu tiên. Toàn bộ tác phẩm của ông ấy, khoảng hai mươi tập, hiện tại chỉ một vài được xuất bản bởi Thư Viện Thông Điệp Mới, có thể đại diện cho một trong những giáo huấn tôn giáo nguyên bản và tiến bộ nhất từng xuất hiện trong lịch sử hiện đại. Ông ấy cũng là người sáng lập Hội Con Đường Tri Thức trong Cộng Đồng Vĩ Đại, một tổ chức tôn giáo phi lợi nhuận.

Với *Đồng Minh của Nhân Loại*, Marshall Vian Summers có thể là người thầy thánh linh quan trọng đầu tiên để vang lên lời cảnh báo rõ về bản chất thật của Sự Can Thiệp đang diễn ra trong thế giới ngay lúc này, kêu gọi trách nhiệm, sự chuẩn bị của cá nhân và nhận thức tập thể. Ông ấy đã dành cuộc đời của mình để nhận lãnh Con Đường Tri Thức trong Cộng Đồng Vĩ Đại, một món quà cho nhân loại từ Đấng Tạo Hóa. Ông ấy cam kết để đem Thông Điệp Mới từ Chúa vào trong thế giới. Để đọc về Thông Điệp Mới trực tuyến, xin hãy thăm www.newmessage.org/vi.

VỀ HỘI

$\diamond$

Hội Con Đường Tri Thức trong Cộng Đồng Vĩ Đại có một sứ mệnh vĩ đại trong thế giới. Đồng Minh của Nhân Loại đã trình bày vấn đề của Sự Can Thiệp và tất cả những điều nó báo trước. Để đáp lại thử thách nghiêm trọng này, một giải pháp đã được trao trong giáo huấn thánh linh được gọi là Con Đường Tri Thức trong Cộng Đồng Vĩ Đại. Giáo huấn này trao cho quan điểm trong Cộng Đồng Vĩ Đại và sự chuẩn bị thánh linh mà nhân loại sẽ cần để giữ gìn quyền tự quyết của chúng ta và để đi đến một cách thành công vị trí của chúng ta như một thế giới đang trỗi dậy trong một vũ trụ rộng lớn của sự sống thông minh.

Sứ mệnh của Hội là để trình bày Thông Điệp Mới này cho nhân loại thông qua những xuất bản, trang web, chương trình giáo dục và dịch vụ giúp suy ngẫm và những cuộc họp mặt của nó. Mục đích của Hội là để phát triển người nam và nữ của Tri Thức những người đầu tiên để tiên phong việc chuẩn bị từ Cộng Đồng Vĩ Đại trong thế giới ngày hôm nay và để bắt đầu chống lại ảnh hưởng của Sự Can Thiệp. Những người nam nữ này sẽ có trách nhiệm để giữ Tri Thức và minh triết tồn tại trong thế giới khi sự vật lộn cho tự do của nhân loại tăng cường. Hội được thành lập vào năm 1992 như một tổ chức tôn giáo phi lợi nhuận bởi Marshall Vian Summers. Trong những năm sau đó, một nhóm những học trò tận tụy đã tụ họp để trực tiếp giúp đỡ ông ấy. Hội đã được ủng hộ và giữ gìn bởi nhóm cốt lõi với những học trò tận tụy này những người cam kết để đem một nhận thức thánh linh mới và sự chuẩn bị vào trong thế giới. Sứ Mệnh của Hội đòi hỏi sự ủng hộ và tham gia của nhiều người hơn nữa. Dựa vào sự nghiêm

trọng của tình cảnh của thế giới, có một nhu cầu khẩn cấp cho Tri
Thức và sự chuẩn bị. Do đó, Hội đang kêu gọi những người nam nữ
ở khắp nơi để giúp đỡ chúng tôi trong việc trao tặng món quà của
Thông Điệp Mới này cho thế giới ở điểm ngoặt nguy cấp này trong
lịch sử của chúng ta.

Là một tổ chức tôn giáo phi lợi nhuận, Hội đã được ủng hộ hoàn
toàn thông qua các hoạt động, tiền đóng góp từ thuế và những đóng
góp tự nguyện. Tuy nhiên, nhu cầu ngày càng gia tăng để chạm đến
và chuẩn bị loài người khắp thế giới đang vượt khỏi khả năng của Hội
để hoàn thành sứ mệnh của nó. Bạn có thể trở thành một phần của
sứ mệnh vĩ đại này thông qua sự đóng góp của bạn. Chia sẻ thông
điệp của Đồng Minh với người khác. Giúp gia tăng nhận thức về việc
chúng ta là một loài người và một thế giới đang trỗi vào một phạm
vi vĩ đại hơn của sự sống thông minh. Trở thành một học trò của Con
Đường Tri Thức. Và nếu bạn ở vị trí để trở thành một nhà hảo tâm
cho nhiệm vụ vĩ đại này hoặc nếu bạn biết ai có thể, xin hãy liên hệ
Hội. Sự đóng góp của bạn là cần thiết ngay lúc này để giúp lan truyền
thông điệp quan trọng của Đồng Minh khắp thế giới và để giúp lật
ngược ván cờ cho nhân loại.

◆

"Bạn đứng ở ngưỡng cửa để nhận lãnh
một điều có tầm vĩ đại nhất,
một điều được cần trong thế giới—
một điều đang được chuyển giao
đến thế giới và được thông dịch vào trong
thế giới.

Bạn là một trong những người đầu tiên
sẽ nhận lãnh điều này.

Hãy nhận lãnh nó một cách sâu sắc."

THÁNH LINH TRONG CỘNG ĐỒNG VĨ ĐẠI

**HỘI CON ĐƯỜNG TRI THỨC
TRONG CỘNG ĐỒNG VĨ ĐẠI**

P.O. Box 1724 · Boulder, CO 80306-1724
(303) 938-8401, fax (303) 938-1214
society@newmessage.org
www.alliesofhumanity.org/vi   www.newmessage.org/vi

VỀ QUÁ TRÌNH PHIÊN DỊCH

Người Sứ Giả, Marshall Vian Summers, đang nhận lãnh một Thông Điệp Mới từ Chúa từ năm 1983. Thông Điệp Mới từ Chúa là Khải Huyền lớn nhất từng được trao cho nhân loại, được trao cho một thế giới có học thức với sự liên lạc toàn cầu và một nhận thức toàn cầu đang gia tăng. Nó không được trao cho riêng một bộ tộc, một quốc gia hay một tôn giáo, nhưng thay vào đó là để chạm đến toàn thế giới. Điều này đã kêu gọi sự phiên dịch vào nhiều ngôn ngữ nhất có thể.

Quá trình Khải Huyền bây giờ đang được tiết lộ lần đầu tiên trong lịch sử. Trong quá trình phi thường này, sự Hiện Diện của Chúa truyền đạt vượt ngoài lời nói đến Hội Đồng Thiên Thần đang trông coi thế giới. Hội Đồng sau đó phiên dịch sự truyền đạt này vào ngôn ngữ loài người và tất cả nói như một người thông qua Sứ Giả của họ, người mà tiếng nói trở thành phương tiện cho Tiếng Nói vĩ đại này – Tiếng Nói của Khải Huyền. Lời được nói bằng tiếng Anh và được thu lại trực tiếp dưới dạng thu âm, sau đó được chép lại và được phát hành dưới dạng bài viết và bài thu âm của Thông Điệp Mới. Bằng cách này, sự tinh khiết của nguyên bản của Thông Điệp của Chúa được bảo tồn và có thể được trao cho tất cả mọi người.

Nhưng cũng có một quá trình phiên dịch nữa. Bởi vì nguyên bản của Khải Huyền đã được truyền tải trong ngôn ngữ tiếng Anh, đây là nền tảng cho tất cả những bản phiên dịch vào các ngôn ngữ của nhân loại. Bởi vì có nhiều ngôn ngữ được dùng trên thế giới của chúng ta, những bản phiên dịch là thiết yếu để đem Thông Điệp Mới đến cho mọi người khắp nơi.

Ở thời điểm này trong lịch sử, Hội không đủ khả năng trả tiền cho những bản dịch vào trong rất nhiều ngôn ngữ và cho một Thông Điệp to lớn như vậy, một Thông Điệp mà phải chạm đến thế giới với sự khẩn cấp nguy ngập. Ngoài điều đó, Hội cũng tin rằng đó là quan trọng để những người phiên dịch của Hội là học sinh của Thông Điệp Mới để hiểu và trải nghiệm, nhiều nhất có thể, bản chất của điều đang được phiên dịch.

Bởi vì sự khẩn cấp và nhu cầu để chia sẻ Thông Điệp Mới khắp thế giới, chúng tôi chào mời thêm sự hỗ trợ phiên dịch để mở rộng tầm với của Thông Điệp Mới vào trong thế giới, đem đến nhiều Khải Huyền hơn trong các ngôn ngữ mà việc phiên dịch đã bắt đầu và cũng giới thiệu những ngôn ngữ mới. Trong tương lai, chúng tôi cũng muốn cải thiện chất lượng của những bản dịch này. Vẫn còn rất có nhiều điều cần phải làm.

NHỮNG QUYỂN SÁCH THÔNG ĐIỆP MỚI TỪ CHÚA

CHÚA ĐÃ LẠI LÊN TIẾNG

MỘT CHÚA

NGƯỜI SỨ GIẢ MỚI

CỘNG ĐỒNG VĨ ĐẠI

THÁNH LINH TRONG CỘNG ĐỒNG VĨ ĐẠI

NHỮNG BƯỚC ĐI ĐẾN TRI THỨC

NHỮNG MỐI QUAN HỆ & MỤC ĐÍCH CAO CẢ

SỐNG THEO CON ĐƯỜNG TRI THỨC

CUỘC SỐNG TRONG VŨ TRỤ

NHỮNG ĐỢT SÓNG VĨ ĐẠI CỦA ĐỔI THAY

MINH TRIẾT TỪ CỘNG ĐỒNG VĨ ĐẠI I & II

NHỮNG BÍ MẬT CỦA THIÊN ĐÀNG

ĐỒNG MINH CỦA NHÂN LOẠI TẬP MỘT, HAI, BA & BỐN

www.ingramcontent.com/pod-product-compliance
Lightning Source LLC
Chambersburg PA
CBHW022021090426
42739CB00006BA/236